साद

पुष्पा तारे

#AnyoneCanPublish with
सकाळ प्रकाशन

#AnyoneCanPublish with

सकाळ प्रकाशन

Saad
© Pushpa Tare

साद
© पुष्पा तारे

प्रथम आवृत्ती :
डिसेंबर २०२२

प्रकाशक :
सकाळ मीडिया प्रा. लि.
५१५, बुधवार पेठ, पुणे-४११ ००२

मुखपृष्ठ :
केशर कुंभवडेकर

मांडणी आणि मुद्रितशोधन :
सारद मजकूर, पुणे

ISBN : 978-93-95139-32-8

अधिक माहितीसाठी :
०२०-२४४० ५६७८ / ८८८८८४९०५०
sakalprakashan@esakal.com

अर्पणपत्रिका

पती व मार्गदर्शक वासुदेव यांस
आणि
सतत प्रोत्साहन देणाऱ्या कन्या
मंजिरी व विभा यांना...

– **पुष्पा तारे**

प्रस्तावना

सौ. पुष्पाताई तारे यांनी लिहिलेल्या बावीस ललित लेखांचा संग्रह त्यांच्या 'साद' या पुस्तकात प्रकाशित होत आहे. ह्यातील काही लेख आहेत पुष्पाताईंना आयुष्यात भेटलेल्या व्यक्तींविषयी, तर काही त्यांच्या आयुष्यातील आठवणींविषयी, तसेच पर्यटन-वाचन या आणि अशा त्यांच्या छंदांविषयी. आपल्या लेखात त्यांनी केलेल्या देश-विदेशातील प्रवासाविषयी त्या लिहितात की,

"कधी निसर्गनिर्मित सौंदर्यस्थळांचा आस्वाद घेण्यासाठी प्रवास केला, तर कधी मानवनिर्मित अद्भुत कलाकृतींचं अवलोकन करण्यासाठी. मी वाचते, कारण सुखाचं रहस्य सांगणारी आणि हरवलेल्या सुखांचा पत्ता देणारी अनेक पुस्तकं असतात."

असं लिहून लेखिका आपल्या वाचन छंदाविषयी लिहिते की, पुस्तकातून माणूस शोधण्याचा त्यांना छंदच जडला. निसर्गाविषयीचं आपलं प्रेम व्यक्त करताना लेखिका लिहिते की, त्यांना नेहमीच उगवत्या सूर्याचं फार आकर्षण वाटत आलं आहे. सूर्योदयासारखं काही सुंदर, उदात्त आणि दिव्य पाहिलं, की मन कसं प्रसन्न होतं आणि मग ती प्रसन्नता दिवसभर आपल्या वागण्या-बोलण्यातून पाझरत असते. लेखिकेच्या मते निसर्ग आणि संगीत यातला ताळमेळ अनादिकालापासूनचा आहे. झऱ्यांच्या झुळूझुळू वाहण्यात, पक्ष्यांच्या कूजनात, सागराच्या घनगंभीर गर्जनेत सर्वत्र सूर आणि लय सामावलेले आहेत. लेखिकेनं तिला तिच्या आयुष्यात भेटलेल्या व्यक्तींविषयी लेखांतून फार हृद्य भावना व्यक्त केल्या आहेत. अशीच एक भावना अमेरिकेतल्या तिच्या मानलेल्या 'मॉम'विषयी व्यक्त करताना लेखिका लिहिते की, एखाद्या जपून ठेवलेल्या अत्तराच्या कुपीसारखा त्यांच्या आठवणींचा मंद दरवळ आजही ताजातवाना आहे.

याच बरोबर लेखिकेनं तिच्या आठवणीतील सण-समारंभ, पाहिलेले चित्रपट, पर्यावरण, जाहिराती, स्त्री शक्ती यांसारख्या सामाजिक विषयांवर लिहिलं आहे. ह्या लेखांतून लेखिकेची स्वतःच्या आयुष्यातल्या अनुभवांकडं, तसंच भेटलेल्या व्यक्तींकडं डोळसपणे बघण्याची आणि त्यातून शिकण्याची वृत्ती दिसून येते.

यातील पहिला लेख पुष्पाताईंनी लिहिला आहे, तो २००४ मध्ये, आयुष्याच्या उत्तररंगात प्रवेश केल्यानंतर. पुष्पाताई लिहितात, की हे वय असं असतं, जेव्हा आपल्याच आयुष्यातील घटनांकडं, अनुभवांकडं आपण 'ना खंत ना खेद' अशा त्रयस्थ वृत्तीनं पाहात असतो. आपल्या लिहिण्यामागचं मनोगत व्यक्त करताना पुष्पाताई लिहितात, की आपण यावर लिहिलं पाहिजे असं उत्कटतेनं वाटलं आणि माझ्याकडून हे लिहिलं गेलं आहे.

पुष्पाताईंचं लहानपण बेळगाव जिल्ह्यातल्या 'वंटमूरी' या खेडेवजा गावात निसर्गरम्य वातावरणात गेलं. उच्च शिक्षणासाठी त्या विद्यापीठाच्या वसतीगृहात राहिल्या. मग लग्नानंतर सासरी पुण्याला. तिथून उमेदीचा काळ अमेरिकेसारख्या प्रगत राष्ट्रात. त्यानंतर पतीच्या नोकरीमुळं जवळजवळ तीस वर्षांचा कालावधी 'देवनगरी' बनारसमध्ये आणि निवृत्तीनंतर आत्तापर्यंत पुणे शहरातलं वास्तव्य. असं वैविध्यपूर्ण आयुष्य त्या जगत आल्या आहेत आणि म्हणून त्या लिहितात की, त्या स्वतःला पुणेरी/महाराष्ट्रीयन अशा कुठल्याच एका साच्यात बसवू शकत नाहीत. आजही बनारसची आणि परदेशातील घरं त्यांना भावनिक साद घालत असतात.

हे लेख वाचताना या लेखातल्या विषयातील विविधतेतून पुष्पाताईंच्या जगण्यातली अनुभव संपन्नता, ते अनुभव घेतानाची उत्कटता आपल्याला दिसून येते. हे रूढार्थानं पुष्पाताईंचं आत्मचरित्र नसलं, तरी या ललित लेखनात व्यक्त होत असलेले अनुभव हे पुष्पाताईंचे स्वतःचे अनुभव आहेत. त्यामुळं या लेखातून आपल्याला पुष्पाताईंची नात्यांविषयी असलेल्या आत्मीयतेची, माणसांविषयीच्या कुतुहलतेची माहिती होते. तशीच त्यांच्या संवेदनशील स्वभावाची, रसिक मनोवृत्तीची, नवनवीन गोष्टी जाणून घेण्याच्या वृत्तीची आणि निसर्गाविषयीच्या सजगतेची पण ओळख होते. जणू त्यांचं व्यक्तिमत्त्वच यातून उलगडत जातं.

या ललित लेखनात जाणवणारं आणखी एक वैशिष्ट्य म्हणजे लेखन शैलीतील लालित्य, साधी सोपी तितकीच रसाळ भाषा, विनोद शैलीचा योग्य ठिकाणी केलेला सहज वापर आणि लेखांची 'नादमय' शीर्षकं. या सर्वांमुळं यातील सर्व लेख हे फक्त वाचनीय वाटणार नाहीत, तर वाचकांच्या मनाला भावतील असं वाटतं. मला खात्री आहे, माझ्याप्रमाणंच वाचकही पुष्पाताईंच्या ह्या 'साद'ला मनापासून दाद देतील.

प्रकाश पानसे

१६-१०-२०२२

मनोगत

शालेय जीवनापासून गोष्टी वाचण्याचा छंद जडला होता. त्याचं मुख्य कारण म्हणजे बालपणी आईनं सांगितलेल्या श्रावण मासातल्या कहाण्या आणि रामायण – महाभारतातल्या अनेक गोष्टी १९५०च्या दशकात सातवीपर्यंत शिक्षण झालेली माझी आई 'किर्लोस्कर', 'स्त्री' आणि 'मनोहर' ही मासिकं वाचायची. त्यातलं खूप काही समजत नसलं तरी ती मासिकं नजरेखालून जायची. त्यामुळं पुढल्या काळात 'वाचन' हा दैनंदिन जीवनाचा अविभाज्य भाग बनला. कॉलेजमध्ये गेल्यानंतर इंग्रजी साहित्याच्या अद्भुत दालनात प्रवेश करण्याची संधी मिळाली. या वाचनातून जगभरचा 'माणूस' समजत गेला. साहित्य हा समाजाचा आरसा असतो याची जाणीव होऊ लागली. आपणही काहीतरी लिहिलं पाहिजे असं वाटू लागलं.

परंतु या विचाराची ठिणगी प्रज्वलित व्हायला बराच काळ वाट पहावी लागली. विवाहानंतर २५-३० वर्षं महाराष्ट्रापासून दूर 'बनारस हिंदू युनिव्हर्सिटी'च्या परिसरात गेली. पंडित मदन मोहन मालवीय या राष्ट्रप्रेमानं भारलेल्या, राष्ट्राच्या उभारणीसाठी काहीतरी ठोस काम करण्याची महत्त्वाकांक्षा बाळगणाऱ्या विलक्षण व्यक्तीनं १९१७ साली स्थापन केलेल्या या विद्यापीठातलं वातावरण भारून टाकणारं होतं. या मंतरलेल्या वातावरणात सर्वत्र जणू ज्ञानार्जनाची ऊर्जा भरून राहिलेली जाणवत असे. त्यामुळं कंठसंगीत आणि शिक्षण या विषयातल्या पदव्या मिळविता आल्या. परंतु मराठी साहित्यातली अद्यावत पुस्तकं मिळण्याची तिथं सोय नव्हती. त्यामुळं मातृभाषेतून व्यक्त होण्याची संधी मिळत नव्हती. १९९८ साली आम्हा पतिपत्नींच्या निवृत्तीनंतर आम्ही महाराष्ट्राच्या सांस्कृतिक राजधानीत पुण्यात परतलो. त्याकाळात नवनवीन विषयावरची मराठी नाटकं, त्यांची

प्रस्तुती, ग्रामीण साहित्य समृद्ध झालं होतं. एकीकडे या साहित्याच्या वाचनानं मन आनंदित झालं होतं. दुसरीकडे उदासही वाटत होतं. कारण इतक्या वर्षानंतर मराठीतून काही लिहायची उमेद बाळगून आलेल्या माझ्यासारखीचा या प्रचंड महासागरात कसा निभाव लागायचा, असं वाटत होतं.

अशा काळात २००३ साली अमेरिकेच्या भेटीत एक आगळा वेगळा अनुभव आला. त्या देशातील उत्तरपूर्व भागातील डेट्रॉइट शहरापासून थेट पूर्व किनाऱ्यावरील न्यूयॉर्कपर्यंतच्या विस्तीर्ण भागात चक्क तीन दिवस वीज गायब झाली होती. या दिवसात या अतिप्रगत देशातल्या लोकांची जी भंबेरी उडाली, ती अविस्मरणीय होती. भारतात परतल्यानंतर या अनुभवाला शब्दरूप द्यायचं ठरवलं. योगायोग असा की हा माझा पहिला ललित लेख 'यांत्रिकीकरणाची ऐसी तैशी' २००४ साली 'साप्ताहिक सकाळ'मध्ये प्रसिद्ध झाला. पुढल्या काळात मनाच्या उभारणीसाठी या गोष्टीची खूप मदत झाली. 'साप्ताहिक सकाळ'चे मनःपूर्वक आभार! येथूनच माझ्या लेखन प्रवासाला सुरुवात झाली. हा लेख मी पुण्यातल्या साहित्यप्रेमी मंडळाच्या तत्कालीन अध्यक्षा, ज्येष्ठ साहित्यिका डॉ. मंदा खांडगे यांना वाचायला दिला होता 'चांगल लिहिलंय, लिहीत रहा' असा सल्ला त्यांनी मला दिला. पुढे औंध येथील 'अष्टपदी' या वाचक गटाद्वारे त्यांनी मला वेळोवेळी लेखनासाठी प्रोत्साहन दिलं. एवढंच नाही तर त्यावेळच्या त्यांच्या व्यग्र दिनक्रमातून त्या मला मार्गदर्शनही करत राहिल्या. यासाठी मी सदैव त्यांची ऋणी असेन.

मनाशी ठरवलं होतं की आपल्या अंतर्मनानं साद घातल्याखेरीज लिहायचं नाही! त्यामुळं अंतःप्रेरणेनं 'साद' घातली तेव्हाच काही लिहिलं गेलं. युरोप, अमेरिका आणि आपला भारत अशा अनेक प्रवासातील अनुभवावर आधारित लेख, नाती, भेटलेल्या अनेक व्यक्ती, वेगवेगळे समारंभ, सिनेमा, जाहिराती, स्त्री शक्तीची वाटचाल अशा विविध विषयावर लेख लिहिले. त्यापैकी बरेच मासिकातून प्रसिद्ध झाले. काहींना दिवाळी अंकाचे पुरस्कारही मिळाले. त्यापैकी २२ लेखांचा प्रस्तुतच्या पुस्तकात समावेश केला आहे. 'साद' हे शीर्षक ओघानंच पक्कं झालं! रसिक वाचक ही साद ऐकतील अशी आशा आहे.

या पुस्तकाची प्रस्तावना लिहिण्यासाठी अथश्री- बाणेर येथील गृहसंकुलात राहणारे आमचे स्नेही श्री. प्रकाश पानसे यांना मी विनंती केली. ते लेखक आहेत आणि 'कथाश्री' मासिकाचे माजी संपादक आहेत. आपल्या व्यग्र कार्यक्रमातून वेळ काढून त्यांनी माझ्या लेखांचे मर्मग्राही विवेचन प्रस्तावनेत मांडले आहे. त्याबद्दल त्यांना मनापासून धन्यवाद!

– पुष्पा तारे

सी-९२१, अथश्री, पॅनकार्ड क्लब रोड, बाणेर, पुणे-४११०४५

मोबाईल - ९४२३०१३४८१

परिचय

लेखिका

पुष्पा तारे

शिक्षण : बी.ए. (अर्थशास्त्र) पुणे विद्यापीठ .
बी.म्युझिक (कंठसंगीत) बनारस हिंदू युनिव्हर्सिटी
बी.एड् (अन्नमलाई विद्यापीठ, तामिळनाडू)

●मातृभाषा कानडी असूनही कर्नाटकातल्या द्विभाषिक माध्यमिक शाळेत मराठी माध्यमातून शिक्षण, विलिंग्डन कॉलेज, सांगली येथे सांस्कृतिक कार्यक्रमात सहभाग. ● मराठी व इंग्रजी नाटकातून अभिनय. ● बीएनंतर हायस्कूलमध्ये शिक्षिका. ● १९६५ साली डॉ. वासुदेव तारे यांच्याशी विवाहबद्ध. ● १९६६ मध्ये अमेरिकेत जाण्याची संधी, 'पीस कोअर' या अमेरिकन सेवाभावी संस्थेत अमेरिकन तरुणांना मराठी शिकवण्याचे काम केले. ● भारतात परतल्यानंतर बनारस हिंदू युनिव्हर्सिटी, वाराणसी येथे २६ वर्षं वास्तव्य. तेथील सेंट जॉन्स हायस्कूल या नामांकित शाळेत शिक्षिका. ● मराठी, इंग्रजी बरोबर हिंदी आणि कानडी या चार भाषा अवगत, १९८१-८४ अमेरिकेत वास्तव्य. ● ॲरिझोना स्टेट युनिव्हर्सिटी येथे 'चिल्ड्रन्स लिटरेचर'चे दोन कोर्सेस केले. ● निवृत्तीनंतर १९९८ पासून पुण्यात वास्तव्य. ● सामाजिक कार्याची आवड. पुण्यातल्या 'अखिल भारतीय ग्राहक पंचायत' या सेवाभावी संघटनेत कार्यरत. २००७ पासून 'साहित्यप्रेमी भगिनी मंडळ, पुणे' या संस्थेची सक्रिय सभासद, वाचन व लेखनाची आवड निर्माण होण्यास मदत. ● साप्ताहिक सकाळ, माहेर, सुवासिनी, साहित्यप्रेमी दिवाळी अंक याद्वारे ललित व वैचारिक लेख प्रसिद्ध, उत्तम ललित लेखाचे पुरस्कार प्राप्त. ● 'साद' हा लेखिकेचा पहिला लेखसंग्रह 'सकाळ प्रकाशक' तर्फे प्रकाशित होत आहे.

अनुक्रमणिका

यांत्रिकीकरणाची ऐशीतैशी

डेट्राईट शहरातील ट्रॉय उपनगरातील तो एक शांत परिसर होता. रस्त्यावर मोटारींच्या धावण्याचा काय तो अधून मधून आवाज येई. कर्कश हॉर्नचा आवाज तर क्वचितच ऐकला असेल; परंतु आज भरदुपारी चारच्या सुमारास बाहेर लोकांचा आवाज येत होता. आजूबाजूच्या बंगल्यातील मंडळी लॉनवर जमली होती. आम्हीही त्यात सामील झालो.

चौदा ऑगस्ट २००३, मुक्काम अमेरिकेतलं डेट्राईट शहर. त्या दिवशी नेहमीपेक्षा खूप लवकर म्हणजे दुपारी तीनच्या सुमारास माझी मुलगी व जावई कामावरून घरी परतले होते. त्यांच्या घरच्या कॉम्प्युटरमध्ये काही बिघाड झालेला असल्यामुळे त्यांना तो दुरुस्त करायचा होता. दुसऱ्या मजल्यावरील कॉम्प्युटरमध्ये ते दोघे कामात व्यग्र होते. मी आणि माझी नात सुप्रिया वय वर्षे सहा फॅमिलीरूममध्ये टीव्ही पाहत होतो. मुलांची उन्हाळ्याची सुट्टी सुरू होती. अचानक टीव्ही बंद झाला. केबल चॅनेल्स वरचेवर अकारण गुल होण्याची पुण्यातील पद्धत अंगवळणी पडलेली असल्यामुळे मी स्वस्थ होते. नातवंडांना असा प्रकार 'न भूतो न भविष्यति' अशातला असल्यामुळे नातवानं इकडची तिकडची बटणं फिरविण्याच्या सपाटा चालू ठेवला. तेवढ्यात मुलगी व जावई खाली आले. त्यांना वाटत होते, की कॉम्प्युटरचे काम करताना काही गडबड झाली असावी. जावई तळघरात जाऊन फ्यूज वगैरे तपासून आले. सर्व काही ठीकठाक होते. माझ्या दृष्टीनं नेहमीची पुण्यातल्या एम.एस.इ.बी.ची 'करामत' होती!

डेट्राईट शहरातील ट्रॉय उपनगरातील तो एक शांत परिसर होता. रस्त्यावर मोटारींच्या धावण्याचा काय तो अधूनमधून आवाज येई. कर्कश हॉर्नचा आवाज तर क्वचितच ऐकला असेल; परंतु आज भरदुपारी चारच्या सुमारास बाहेर लोकांचा आवाज येत होता. आजूबाजूच्या बंगल्यांतील मंडळी लॉनवर जमली होती. आम्हीही त्यात सामील झालो. हायस्कूलमध्ये शिकणाऱ्या शेजारच्या पीटरला सायकलवर सतरा चकरा मारायची हौस आहे. त्याने बातमी आणली होती, की संपूर्ण ट्रॉय भागात वीज नाही. परिस्थितीचे गांभीर्य लक्षात येताच खरी माहिती मिळविण्यासाठी सर्वांनी अडगळीत पडलेले ट्रांझिस्टर्स शोधून काढण्याची मोहीम सुरू केली. आपल्याकडे रस्त्याने सतत अखंड वाहणारी जनताच अशा महत्त्वाच्या बातम्यांची संदेशवाहक असते. त्यामुळे खास प्रयत्नांची गरजच भासत नाही. इथे तशी परिस्थिती नसल्यामुळे केवढी पंचाईत! तर ज्या कोणाकडे ट्रान्झिस्टर्ससाठी बॅटऱ्या उपलब्ध होत्या. त्यांनी विजयी वीरांच्या थाटात बाहेरच्या रणांगणावर - लॉनवर पुनःप्रवेश केला आणि गौप्यस्फोटही केला, की थेट न्यूयॉर्कपासून कॅनडातील टोरांटो शहरापर्यंत एका विस्तृत भागातील वीज ठप्प झालेली आहे. कोणतातरी एक जनरेटर ट्रीप झाल्यामुळे झालेला हा परिणाम आहे. थोडक्यात काय, वीज केव्हा परत येईल, याबद्दल सध्यातरी 'अळीमिळी गुपचिळी' होती. लवकरच पाणीपुरवठाही बंद होण्याची शक्यता होती. नवनव्या माहितीनुसार उपस्थित लोकांचे चेहरे लांबट होत चालल्याचे जाणवत होते. मला विजेपेक्षा पाणी ही गोष्ट महत्त्वाची वाटत होती. अमेरिकेत पाणी साठवणं ही गोष्ट कल्पनातीत असल्यानं तशी सोय असण्याची शक्यता नव्हती. परंतु घरातील एखाद-दुसरी बादली, लहान-मोठी स्वयंपाकाची भांडी आणि बाटल्या पाण्याने भरून ठेवायचा सपाटा मी सुरू ठेवला. ही दिवसभराच्या पिण्याच्या पाण्याची स्वयंपाकाची सोय झाली खरी, पण सांडपाण्याचं काय? 'कमोड' पद्धतीच्या टॉयलेटमध्ये तर आणखी पंचाईत! अशावेळी भारतीय पद्धतीच्या टॉयलेटची महती पटल्याशिवाय राहात नाही. पाण्याच्या क्षणाक्षणानं कमी होणाऱ्या धारेबरोबर माझ्या नाठाळ विचारांची धार मात्र वाढत होती.

खिडकीतून गृहप्रवेश

एवढ्यात सुप्रिया सांगत आली, की तिच्या पलीकडच्या केरळी मैत्रिणी आणि फॅमिली घरात जाऊ शकत नाहीत. 'आजी, दे आर लॉक्ड आऊटसाईड,' ऐकता क्षणी मला गंमत वाटली. अपघातानं विशेषतः बाथरूममध्ये किंवा एखाद्या खोलीत लहान मुलं चुकून बंद झाल्याच्या नवलकथा मायदेशी परिचित होत्या. पण इथे ही मंडळी तर बाहेर अडकली होती. अमेरिकेतील बहुतेक घरात गराजमधून प्रवेश करतात. कारण

बाहेरून प्रत्येकजण आपल्या कारमधून येतो. कारमधल्या रिमोट कंट्रोलने गराजचे दार उघडते, घराची किल्ली बाळगायची आणि हरवण्याची भानगड नाही... पण आता उद्भवलेली 'आफत' अफलातून होती खरी! शीला जॉर्ज उन्हाळ्याची सुट्टी असल्यानं मुलींना लायब्ररीत सोडून छोट्या मुलासह दुसऱ्या कामासाठी गेलेली असताना वीज गेली. तशी ती लगेच लायब्ररीकडे परतली.

दरम्यान विजेअभावी लायब्ररीतली सगळी यंत्रणा बंद पडल्यामुळे लायब्ररी ताबडतोब बंद करण्यात आली होती आणि एकट्या मुलांना जवळच्या पोलिस केंद्रात पोचविण्यात आलं होतं. मुलींना घेऊन शीला घरी परतली तेव्हा लक्षात आलं, की रिमोट कंट्रोलशिवाय गराजचे दार उघडणार नाही म्हणजे घरात प्रवेश शक्य नाही. बरं आपल्याकडल्यासारखी झटपट किल्ली बनवून देणारी 'जमात' ही इथं अस्तित्वात नाही. लवकरच वडीलही कामावरून परतले. पण त्यांच्यापाशी किल्ली नव्हती. सर्व बाजूंनी कसून तपासणी सुरू झाली आणि 'युरेका युरेका' अशा प्रकारची आरोळी मारत मुली आनंदानं उड्या मारत आल्या. उन्हाळा असल्यामुळं केवळ बेडरुमची एक खिडकी थोडीशी उघडी होती. मग शिडी मिळविण्यासाठी धावाधाव सुरू झाली. सुदैवानं आमच्याच गल्लीतल्या कार्पेंटर महाशयांच्या आलिशान घरासमोर पिक-अप ट्रकमध्ये शिडी सापडली. आणि शेवटी ते केरळी कुटुंब गृहप्रवेश करू शकले. दुपारभर चाललेल्या नाटिकेचा अशा प्रकारे सुखद शेवट झाला! त्या दिवशी अशी अवस्था कित्येक अमेरिकन कुटुंबाची झाली असेल यात शंका नाही.

पाण्यासाठी दाही दिशा

इकडे घरातले लँडलाइनवरचे सर्व फोन बंद पडले होते. मोबाईल चालू होते. मित्र-मैत्रिणींची फोनाफोनी चालू होती. सुरुवातीला वाटणाऱ्या नवलाईचं हळूहळू काळजीत रूपांतर होत होतं. ज्याच्याकडे इलेक्ट्रिक कुकिंग रेंज होता, त्यांचं किचन बंद पडलं होतं. बऱ्यापैकी उन्हाळा असल्याने रेफ्रिजरेटमधल्या गोष्टी किती काळ चांगल्या राहतील, हे कळायला मार्ग नव्हता. शिवाय महाकाय अमेरिकन रेफ्रिजरटर्समध्ये काय काय वस्तू किती दिवसांपासून भरलेल्या असतात, याचा हिशेब लावणे महाकर्मकठीण! एकूण काय, मामला गंभीर. मायर्स या एकमेव उघड्या असलेल्या स्टोअरमध्ये माणशी चार आईसबॅग्ज मिळतात, ही सुवार्ता फोनवर आली. त्यासाठी लागलेल्या रांगा लांबवर पसरलेल्या आहेत, हेही कळले. माझ्या मनात एक खुनशी आनंदाची लकेर उमटून गेली. वा! म्हणजे या जगातल्या एकमेवाद्वितीय सुपरपॉवर देशातही कधी ना कधी रांगेत ताटकळत उभं राहायची वेळ येते तर! अन् हो, घराच्या किल्लीसारखे पर्समध्ये पैसे बाळगायची इथं गरज नसते. निरनिराळ्या क्रेडिट कार्ड्सनीच पर्स किवा

वॅलेट भरलेलं असतं. आता मायर्समध्ये क्रेडिट कार्ड प्रोसेसिंग यंत्रे बंद होती. बिलिंग मशिन्सही निपचित पडून होती. पटापट मनात हिशेब करून बिल सांगण्याची कला या अमेरिकनांना कुठे अवगत होती? सगळेच अवघड झाले होते. ज्यांच्यापाशी थोडीफार कॅश होती, त्यांनाच थोडेफार सामान मिळणे शक्य होते. त्या दिवशी बऱ्याच मुलांच्या 'पिगी बँक्स' फोडूनच ही कॅश मिळाली असेल. हे सर्व सव्यापसव्य करून जावईबापूंनी शेवटी त्या चार आईसबॅग्ज आणल्या. मग रेफ्रिजरेटमधील नाशवंत वस्तूंचा फडशा पाडायचा उद्योग सुरू झाला. मुलीकडे गॅस रेंज असल्याने स्वयंपाकाची सोय होती. पण तिच्या अनेक मैत्रिणींना थंड जेवणावर भागवावे लागले. उठून कोणाकडे जायची सोय नव्हती. त्यामुळे फक्त दूध, बेबीफूड आणि बेबी नॅपीज अशा जीवनावश्यक गोष्टींसाठी फक्त लोकांनी मोटारी बाहेर काढण्याचे धाडस केले होते. चौकाचौकातले ट्रॅफिक सिग्नल बंद होते; परंतु लोकांचा संयम व शिस्त वाखाणण्यासारखी होती. अशा वेळीसुद्धा हॉर्नचा उपयोग क्वचित होत होता. पुण्यातल्या बेबंद आणि बेशिस्त वाहतुकीची सवय असलेल्या मला मात्र हे दृश्य आश्चर्याने तोंडात बोटे घालायला लावत होते!

न्यूयॉर्क ते टोरांटो अंधारात

संध्याकाळपर्यंत थोड्याबहुत अफवाही पसरू लागल्या होत्या. ११ सप्टेंबर २००१च्या घटनेनंतर अमेरिकनांना जळीस्थळी सर्वत्र ओसामा बिन लादेन दिसत असतो. न्यूयॉर्क ते टोरांटो अशा विस्तृत भूपट्ट्यातील वीज खंडित होण्यामागे 'अल् कायदा'चा तर हात नसावा! असे अंदाज बोलण्यात येऊ लागले होते. त्या रात्री पाण्याचा थेंबे थेंबे सदुपयोग करून आम्ही तळघरातील जमिनीवर पथाऱ्या पसरल्या. उन्हाळा असूनही तिथे बऱ्यापैकी थंडावा होता. नातवंडांची मात्र चैन होती. त्या रात्री आपापल्या खोल्यांत न जाता आम्हा सर्वांबरोबर त्यांना झोपायला मिळत होते. त्यामुळे ती दोघे एकदम खूश होती. त्यांची जणू पिकनिक चालू होती! अमेरिकेच्या कार्यकुशलतेवर फाजील विश्वास असणारी मीही दुसरे दिवशी वीजबाई नक्की अवतरणार, या भावनेने निश्चिंत होते. दुसरा दिवस उगवला. घरातले पाणी जवळजवळ संपलं; तसं आता काय हा प्रश्न भेडसावू लागला. आमच्या बनारसच्या तीस वर्षांच्या दीर्घ वास्तव्यात आम्ही अशा प्रसंगी अनेकदा अखंड वाहणाऱ्या गंगामैय्याकडे धाव घ्यायचो. अशी सोय इथे नव्हती. त्यामुळे घरात चरफडत बसण्याखेरीज दुसरा मार्ग नव्हता. रात्रीपर्यंत वीज आली नाही, तर मिळेल ते विमान पकडून मायदेशी धाव घेण्यापर्यंत माझ्या मनाची तयारी झालेली होती. परंतु रात्री ३६ तासानंतर विद्युतदेवता आणि जलदेवता या दोघीही हातात हात घालून अवतरल्या आणि आम्ही धन्य झालो! 'युद्धस्थ कथा

रम्याः।' असे वाचले होते; पण अतियांत्रिकीकरणामुळे उद्भवणाऱ्या अशा कथाही काही कमी रम्य नसतात हे 'याची देही याचि डोळा' अनुभवायला मिळाले.

(पूर्वप्रसिद्धी - साप्ताहिक सकाळ, १० जुलै २००४)

●●●

आनंदाचे डोही आनंद तरंग

ज्ञानदेवांसारख्या महान संताच्या आत्म्याला खरोखरी आनंदाचा परिसस्पर्श झालेला असावा. अतिशय खडतर जीवनाची वाटचाल करत असताना कितीही कठीण प्रसंगाला सामोरं जायची वेळ आली तरी त्यांचं मन मात्र सदैव आनंदाच्या विभोर लाटांवर तरंगत असायचं. एकीकडे त्यांची प्रखर प्रज्ञा गीतेतली रहस्यं सहजपणे उलगडून दाखवण्यात रमत असे, तर दुसरीकडे चराचरातलं सौंदर्य टिपणारं त्यांचं हळुवार मन मोगऱ्याच्या फुलण्यातसुद्धा हरखून जात असे. ज्ञानेश्वरांसारख्या महामानवाच्या आनंदाचा डोहही अति खोल आणि त्यात उठणारे आनंदतरंगही अगम्य! पण आपल्यासारखी सामान्य माणसंसुद्धा आपापल्या कुवतीनुसार आनंदाचा शोध घेत असतातच की. 'एक धागा सुखाचा, शंभर धागे दुःखाचे' अशीच बहुतेकांच्या जीवनरूपी वस्त्राची कहाणी असते. ठायी ठायी अडचणींना तोंड देत आयुष्याचा प्रवास करत असताना जे आनंदाचे, सुखाचे क्षण आपल्या वाट्याला येतात त्यांना मुठीत घट्ट पकडून ठेवण्याचा आपण प्रयत्न करतो. एखाद्या निवांत क्षणी त्या आठवणींची उजळणी करताना जो पुनःप्रत्ययाचा आनंद मिळतो तीच आपली खरी कमाई असते. यशापयशाच्या तराजूत त्याचं मोल होत नसतं. ती देते फक्त एका निर्भेळ आनंदाची अनुभूती, आपल्या इवल्याशा डोहातले आनंदतरंग!

सुमारे चाळीस वर्षांपूर्वीची एक आठवण आजही अगदी ताजीतवानी आहे. अमेरिकेतल्या बोस्टन या ऐतिहासिक शहरात तेव्हा मी 'पीस कोअर' या संघटनेत काम करत होते. सेवाभावी अमेरिकन तरुणतरुणींना जगातल्या अनेक देशात काम करण्याची संधी उपलब्ध व्हावी या उद्देशाने प्रे. केनेडी यांनी या संघटनेची स्थापना केली होती. भारतातल्या महाराष्ट्र व केरळ या प्रांतात विनामूल्य काम करू इच्छिणाऱ्या अमेरिकन

तरुणांना मराठी व मल्याळम् या भाषा शिकवण्याचा तो संयुक्त कार्यक्रम होता. दररोज सकाळी मी व माझी केरळी रूम पार्टनर पायीच फिरत फिरत वाय. एम. सी. ए. ला पोचत असू. चार्लस् नदीच्या किनाऱ्यानं जाणारा तो सुंदर रस्ता होता. दररोज सकाळी चार्लस् नदीवर डोलत असलेल्या पांढऱ्या शुभ्र शिडांच्या छोट्या छोट्या बोटींची सलामी घेत आगमन करणाऱ्या भास्कराचं नयनरम्य दर्शन घेताना माझं भान हरपून जात असे. मी तब्बल चार महिने ती वेळ कधीही चुकवली नाही. माझ्या केरळी मैत्रिणीला मात्र दररोज उगवणाऱ्या सूर्याचं अप्रूप वाटणारी मी जगावेगळी वाटत होते. सकाळच्या मंगलप्रहरी असं काही सुंदर, उदात्त आणि दिव्य पाहिलं की मनातली शंकाकुशंकांची सारी जळमटं नाहीशी होतात. मन कसं प्रसन्न होतं आणि मग ती प्रसन्नता दिवसभर आपल्या वागण्याबोलण्यातून पाझरत राहते.

मला उगवत्या सूर्याचं नेहमीच फार आकर्षण वाटत आलं आहे. बालपणातल्या काही खास आठवणींशी त्याचं घट्ट नातं आहे. गुढीपाडव्याच्या दिवशी सूर्योदयापूर्वी भारद्वाज पक्षाचं दर्शन घेण्याची आमच्याकडे प्रथा होती. त्याच्या दर्शनानं पुढचं वर्ष सुखसमृद्धीत जातं अशी ठाम धारणा होती. आम्ही जवळपासची मुलंमुली माझ्या वडिलांबरोबर भल्या पहाटे शेतावर जात असू. अनेक शेतं पालथी घातल्यानंतर कुठेतरी पानमळ्यात आत दडून बसलेल्या त्या पक्षाचं दर्शन व्हायचं. मग भलामोठा सुटकेचा निःश्वास टाकत आणि त्या वर्षापुरते तरी आश्वस्त होत आमची टीम मळ्यांतून बाहेर पडायची. इतर सारीजणं विहिरीवरच्या मोठ्या झाडावर बांधलेल्या झोपाळ्यावर खेळायला पसार व्हायची. मी आणि माझी एक निसर्गवेडी मैत्रीण अशा आम्ही दोघी मात्र समोरच्या दृश्यात गुंग होऊन जायचो. कुंपणावरच्या उंच झाडांच्या हिरव्या पानाआडून अचानक समोर दिसणारा तो तेजोनिधी लोहगोल पाहून आमचे डोळे दिपून जायचे. सारा परिसर जणू स्वर्ण झळाळी ल्यालेला असायचा. मनःपटलावर कोरलेलं ते सुंदर चित्र आजतागायत टिकून आहे. त्यानंतर अनेक संस्मरणीय सूर्योदय पाहण्याचे योग आले. परंतु बालमनात जपलेल्या त्या सोनेरी क्षणाची झळाळी कणभरानही कमी झालेली नाही.

महाबळेश्वरच्या 'सनराईज पॉइंट'वर उभं राहून उगवत्या सूर्यानं कोवळ्या किरणांनी आसमंतातील हिरव्याकंच वनराजीवर केलेली किमया पाहिली आहे. क्षणाक्षणाला बदलणाऱ्या हिरव्या रंगाच्या कैक छटा एखाद्या चलचित्राप्रमाणे डोळ्यासमोर साकार होताना पाहून मन आनंदानं उचंबळून आलं आहे. दार्जिलिंगच्या सुप्रसिद्ध 'टायगर हिल'वर उगवणारा सूर्य तर खऱ्या अर्थानं रविराज शोभतो. अख्ख्या कांचनजंगेला कवेत घेऊन तिच्या समस्त गिरीशिखरांना स्वर्णकांतीचा अनुपम मुलामा चढविणाऱ्या रविराजाची ती दिव्य आभा साक्षात्कारी अनुभव देऊन जाते. संपूर्ण क्षितिजपटलावर साकार झालेलं ते रूपेरी सोनेरी रंगातलं भव्य चित्र मानवाला नकळत नतमस्तक व्हायला

लावतं. 'दिव्यत्वाची जेथ प्रचिती, तेथे कर माझे जुळती' ही संमोहावस्था कधीच संपू नये असं वाटतं.

सागरतीरावरच्या सूर्योदयाची शोभा तर अवर्णनीयच. मग ती जगन्नाथपुरीची असो वा कन्याकुमारीची. सुमद्राच्या लाटांवर परावर्तित होणाऱ्या कोवळ्या गुलाबी सूर्यकिरणांचा तो लडिवाळ खेळ डोळ्यांचं पारणं फेडणारा असतो. कन्याकुमारीला बंगालचा उपसागर, अरबी समुद्र आणि हिंदी महासागर हे तीनही एकत्र येतात. भारतभूमीच्या दक्षिणेकडील अंतिम टोकावर उभ्या असलेल्या गांधी भवनापाशी 'तीन समुद्रमीलन' ही सुप्रसिद्ध जागा आहे. गांधीभवनाच्या गच्चीवरून सकाळी बंगालच्या उपसागरावरचा सूर्योदय आणि संध्याकाळी अरबी समुद्रावरचा सूर्यास्त पाहता येतो हे त्या ठिकाणाचं वैशिष्ट्य आहे. त्या सूर्यास्ताची शोभाही सुंदर असते. परंतु कुठलाही सूर्यास्त मला नेहमीच उदास आणि अंतर्मुख करतो. सूर्योदय मात्र नव्या दिवसाला नव्या जिद्दीनं, जोमानं आणि उत्साहानं समोर जाण्याची प्रेरणा देतो. वाराणसीला गंगेच्या विशाल पात्रावर अलगद उतरणारा सूर्य जणू गंगामैय्याला नित्य वंदन करून प्रातःकालीन अर्घ्य देत असतो. हे अलौकिक दृश्य कॅमेरात टिपण्याची गरजच नसते. ते आपल्या मनाच्या गाभाऱ्यात सदैव बंदिस्त असतं. चिरंतन आनंदाचा तो ठेवा असतो.

नादमधुर संगीताची जादूही अशीच अफलातून असते. खरंतर निसर्ग आणि संगीत यातला ताळमेळ अनादिकालापासूनचा आहे. झऱ्यांच्या झुळूझुळू वाहण्यात, पक्ष्यांच्या कूजनात सागराच्या घनगंभीर गर्जनेत सर्वत्र सूर आणि लय सामावलेले आहेत. माणूस जसजसा निसर्गापासून दूर जात चालला आहे तसतसा तो या निखळ आनंदाला पारखा होतो आहे. औट घटकेचं सुख मिळविण्यासाठी नित्यनव्या बाह्य सोपस्कारांची गरज भासू लागली आहे. गजबजलेली कॉफी शॉप्स् आणि डिस्कोथेक्स अशीच एक ना शेकडो ठिकाणं की जिथला स्थायीभाव केवळ गजबजाट आणि कलकलाट असतो. तरीही 'सवाई गंधर्व संगीत महोत्सवा'ला वर्षानुवर्षं भक्तिभावानं हजेरी लावणाऱ्यांची संख्या वाढतेच आहे. पंडित भीमसेन जोशींच्या तार षड्जांत कोणाच्याही मनाच्या तारा झंकारीत करण्याची अद्भुत शक्ती होती. अशीच एक संगीताची मैफल माझ्या मनात कायमचं घर करून राहिली आहे. बेळगावजवळच्या एका छोट्या गावातल्या शाळेच्या सभागृहात झालेली स्व. कुमारगंधर्वांची संगीत मैफल तबल्यावर पं. वसंत आचरेकरांची साथ आणि सोबत स्व. रणजित देसाईंच्या अमोघ वाणीतले सूत्रसंचालन जणू दुग्धशर्करायोग! शब्द, सूर आणि ताल यांचा अनोखा मेळ! त्या मैफलीत भरलेले आनंदांचे कुंभ कधी रिते झालेच नाहीत. स्वरांच्या किमयागारात जगजितसिंगांच स्थान असंच अद्वितीय आहे. ते गझल गातात तेव्हा त्यांचे आर्जवी सूर थेट अंतर्मनात जाऊन भिडतात. 'जिंदगी' हा शब्द त्यांच्याइतका सुरेख कोणीच उच्चारू शकत नाही असं मला वाटतं. त्या एका शब्दोच्चारांत

जणू ते जीवनाचं सारं मर्म उलगडून दाखवतात. स्व. विलायतखँसाहेब सितार वाजवायला लागले की त्यांची बोटं सतारीशी हितगुज करताहेत असंच वाटायचं. भावनांच्या उर्मी अनावर झाल्या की ते चक्क सतार बाजूला ठेवून तीच धून गाऊ लागायचे. त्याची गोडी सतारवादनाएवढीच अवीट असायची. संत तुलसीदासांनी स्थापन केलेल्या बनारसच्या प्रसिद्ध संकटमोचन मंदिरात भल्या पहाटे रंगलेलं पंडित जसराजांचं गाणं; ते केवळ गाणं नसून भक्तिरसात बुडून गेलेली त्यांची भावसमाधी असायची! अशा स्वर्गीय संगीताच्या निर्मितीतून साकार होणाऱ्या आनंदलहरींची साथसोबत जन्मभर पुरण्याएवढी असते.

आनंदाचं अचूक मोजमाप करणारं यंत्र अजूनतरी जगात कोठेच उपलब्ध नाही. आज परिस्थितीनुसार आनंदाच्या, मौजमेजेच्या कल्पना पार बदलून गेल्यात. कालानुसार त्या बदलणं अपरिहार्यही आहे. तरीही कणाकणानं गोळा केलेला निर्भेळ आनंदाचा ठेवाच आपलं जीवन उजळून टाकतो हे मात्र निश्चित!

(कै. अविनाश केळकर स्मृतिप्रीत्यर्थ 'साहित्यप्रेमी भगिनीमंडळा'तर्फे घेतलेल्या ललितलेख स्पर्धेतील पुरस्कारप्राप्त लेख./पूर्वप्रसिद्धी सुवासिनी - दिवाळी २००६)

●●●

असाही एक उत्सव

'तेही नो दिवसो गताः' अशी हळहळ करत बसण्यापेक्षा बऱ्याचजणांना आपल्या गतायुष्यातल्या कडूगोड आठवणींच्या उजळणीतून पुनःप्रत्ययाचा आनंद लुटावासा वाटतो. कधी सुखद आठवणींच्या तालावर मनमोर पिसारा फुलवून नाचू लागतो, तर कधी जीवनसंगीतात उठलेले बेसूर आठवून मनाचा गाभारा झाकोळून जातो. मग या साऱ्या बऱ्या-वाईट गोष्टीचं एकत्रित असं एक कोलाज मनःपटलावर साकार होत जातं. त्यातला एखादा तुकडा आपल्याला सतत खुणावत राहतो. असाच एक आगळावेगळा उत्सव प्रसंग माझ्या मनावर कायमचा कोरला गेला आहे.

माझ्या माहेराच्या खेडेवजा गावातल्या वेशीवरच भेटते ती घटप्रभा नदी, बालपणीची जिवाभावाची सखी. या नदीकाठी ध्यानस्थ बसलेला प्रचंड वाडा. ग्लोबल वॉर्मिंग, पर्यावरणाचा ऱ्हास वगैरे शब्द पन्नास वर्षांपूर्वी बहुदा कोणाला माहीतही नसतील. 'नेमेचि येतो पावसाळा' या उक्तीनुसार आषाढातच दुथडी भरून वाहणाऱ्या नदीचं रौद्रस्वरूप डोळे दिपवून टाकणारं असे. वाड्याच्या चबुतऱ्यावर बसून हे दृश्य पाहण्यातली मजा काही औरच होती! आषाढ शुद्ध दशमीपासून गुरूपौर्णिमेपर्यंत आमच्या वाड्यात पांडुरंगाचा उत्सव साजरा व्हायचा. ते सात दिवस साऱ्या गावासाठी मंतरलेले असायचे. वाड्यापासून जवळच विठ्ठल-रखुमाईचं मंदिर होतं. यातल्या मूर्ती हुबेहूब पंढरपुरातल्या देवतांची आठवण करून देतात असं गावकरी म्हणत. दररोज संध्याकाळी हरिकीर्तनासाठी आख्खा गाव मंदिराच्या भव्य सभामंडपात जमत असे. बाहेरून खास बोलावलेले कीर्तनकार दररोज एका वेगळ्या पौराणिक कथेवर आधारित साग्रसंगीत कीर्तन करत. कथेतल्या पात्रांचे साभिनय वर्णन, त्या पात्रांच्या माध्यमातून गायलेली सुरेल गाणी आणि

प्रसंगानुरूप विनोद असा एकत्रित नितांतसुंदर एकपात्री प्रयोगच जणू तिथं साकार होत असे. कीर्तनानंतर काही वेळ 'जयजय विठ्ठल जयहरी विठ्ठल' असा सामुदायिक गजर व्हायचा. तो मंदिरामागे घोंगावत वाहणाऱ्या घटप्रभेच्या गर्जनेत बेमालूम मिसळून जात असे. कधी आषाढातल्या घनगर्जनेचीही साथ असायची. भक्तिरसात चिंब भिजलेल्या त्या माहोलात सारे आबालवृद्ध तल्लीन होत.

गुरूपौर्णिमेच्या दिवशी उत्सवाचा शेवटचा गोपाळकाल्याचा दिवस, उत्सवाच्या सांगतेचा महत्त्वाचा दिवस. संपूर्ण गावाला भल्या पहाटेच जाग यायची. त्यादिवशी ब्राह्ममुहूर्तावर पांडुरंगाचं नामस्मरण सुरू होत असे. 'ललित' रागातल्या गायनानं कीर्तनाची सुरुवात होई. त्यामुळं या सकाळच्या कीर्तनाला 'ललित' असं म्हणायची पद्धत रूढ झाली असावी. कीर्तनकाराचा पोशाखही त्या दिवसाला साजेसा भरजरी असायचा. गावकरीसुद्धा सणासमारंभाला साजेसे कपडे परिधान करून येत. विठ्ठल-रखुमाईनाही नव्या भरजरी कपड्यांच्या आणि सुगंधी फुलांच्या माळांचा साज चढविलेला असे.

सभामंडपात ठीक गर्भमंदिरासमोर थेट छतापासून एक भलीमोठी झोळी टांगलेली असायची. त्यात शिगोशीग भरून रंगीबेरंगी कापडी चेंडू आणि चेंडूच्या आकाराचे लाडू एकत्र ठेवलेले असत. हे लाडू, कुरमुरे, ज्वारीच्या लाह्या आणि भाजके पोहे यांचे गूळ, सुकामेवा आणि खोबरं मिसळून बनवलेले असायचे. ही आमच्या घराण्याची परंपरागत पद्धत होती. 'ललित' गायनानंतर छोटेसे कीर्तन होई. मध्यभागी उत्साही तरुण मंडळी लेझीम खेळण्यास सज्ज असत. पोरीबाळींचा वेगळा टिपऱ्यांचा नाच रंगत असे. कोण्या अनामिक गारुडानं सारा सभामंडप डोलू लागे. शेवटी ज्या क्षणाची आम्ही मुलं आतुरतेनं वाट पाहायचो तो क्षण यायचा. गोकुळअष्टमीला दहीहंडी फोडायचा कार्यक्रम असतो तसाच काहीसा हा प्रकार होता. कीर्तनकार अलगद झोळीचा रंगीत दोर ओढायचे आणि त्यातले सारे चेंडूलाडू खाली पडायचे. बालगोपाळांसाठी जास्तीत जास्त लाडू पटकाविण्याची जणू स्पर्धाच असे ती. तब्बल तीन-चार तासांचा हा सांगता सोहळा संपल्यानंतर जमलेल्या सर्व सुवासिनी गर्भमंदिरात देवी रखुमाईची खणानारळानं ओटी भरत आणि मग गटागटानं वाड्यावर महाप्रसादासाठी जमत. प्रत्येकानं पेलावाटी बरोबर आणायचा अलिखित नियम होता. चौसौपी वाड्याच्या चारही दालनांत हिरव्यागार पत्रावळींच्या रांगा आणि त्यांच्या सभोवती रांगोळीच्या पट्ट्या ओढलेल्या असायच्या. सर्वत्र उदबत्त्यांचा सुगंध पसरलेला असायचा. सर्व स्त्रिया आपल्या घरचंच कार्य आहे या भावनेनं लगबग करताना दिसायच्या. महाप्रसादाचा बेत ठरलेला. चटणी, कोशिंबीर, सुवासिक आंबेमोहोर तांदळाचा वाफाळलेला भात आणि भरपूर ओलं खोबरं, कोथिंबीर घातलेली आमटी. गोड पदार्थ म्हणजे गव्हाची लापशी. आख्खे गहू भिजवून, कुटून शिजवलेले आणि त्यात गूळ, दूध आणि ओलं खोबरं घालून घोटलेली दाट खीर.

अमृततुल्य चव असायची. प्रसादाला सुरुवात करण्यापूर्वी भातावर कणीदार तुपाची धार सोडायचा मान मात्र 'यजमान' म्हणून फक्त माझ्या वडिलांचा होता. जरीकाठी पीतांबर नसलेलं आणि अंगाखांद्यावर भस्माचे पट्टे आणि कपाळावर चंदन रेखलेलं त्यांचं सात्विक रूप आजही माझ्या डोळ्यांसमोर आहे. सर्वांचं हसतमुखानं स्वागत करत सतत ते उभे असत. उत्तम जनता संपर्काचा तो एक आदर्श नमुना होता असंच म्हणायला हवं!

या उत्सवासाठी दरवर्षी बाहेरगावाहून नातेवाइकांबरोबर काही खास मंडळी नियमितपणे येत. तालुक्याच्या गावाहून येणारे रघु आचारी. नदीवरून पाण्याच्या घागरी वाहून आणणारे बाळू आणि बंडूची जोडी आणि हरकाम्या गडी नरहरी. या व्यक्ती स्व. पु.लं.च्या 'व्यक्ती आणि वल्ली' या सदरात अगदी चपखल बसतील अशाच होत्या. रघु आचाऱ्याचा वाड्यात ये-जा करणाऱ्या प्रत्येक व्यक्तीचा तपशील माहीत करून घेण्यात हातखंडा होता. स्वयंपाक करता करता हातातली फुंकणी किंवा लाटणं तलवारीप्रमाणे फिरवत त्याचा घरभर संचार असायचा. बाळू-बंडू या पाणक्यांची तऱ्हा वेगळीच. सैलसर सदऱ्यांच्या मोठ्या खिशात काहीबाही खाद्यपदार्थ ठेवायची त्यांना सवय होती. फळं, सुकामेवा, गोळ्या किंवा बिस्किटं अशा पटकन तोंडात टाकण्याजोग्या गोष्टी असायच्या. आम्हा बालगोपाळांची वानरसेना त्यांच्यामागे धावायची. प्रत्येकानं डोळे मिटून त्यांच्या खिशात हात घालायचा आणि एकच गोष्ट उचलायची असा जगावेगळा मजेदार खेळ चालायचा. निर्व्याज, निरागस अशी ती प्रेमाची देवाणघेवाण चालायची! हरकाम्या नरहरी तर 'चिंतातुर जंतू' या नावानंच प्रसिद्ध होता. सगळं काही निर्विघ्न, व्यवस्थित पार पडेल की नाही याची त्याला सतत काळजी असायची. त्या ऐसपैस वाड्याच्या कानाकोपऱ्यातील बित्तंबातमी आईपर्यंत पोहोचवायची कामगिरी तो बिनबोभाट करत असे. अशा अफलातून स्वभावाच्या अवल्यापवल्यांच्या कारवायांमुळं उत्सवाची रंगत आणखीनच वाढत असे.

आज मागे वळून पाहताना वाटतं, खरंच असं काही आपल्या आयुष्यात घडून गेलं असेल का? की हे सारं स्वप्नरंजनच होत? माझ्या भावविश्वाला जिवंत करणारे हे सारे संदर्भ इतके प्रामाणिक आहेत म्हणून तर माझं मन पुन:पुन्हा त्या गावाची सफर करून येतं आणि त्या उत्सवात भरभरून लुटलेल्या सुगंधी आठवणी आजही तनमनाला ताजंतवानं करून जातात.

(पूर्वप्रसिद्धी : साहित्यप्रेमी दिवाळी अंक, २००९)

●●●

कर्मभूमी नि देवभूमी

इतिहासाच्या खुणा अंगोपांगी मिरवणारा राजस्थानातील मेवाड प्रांत आणि हिरवाईने नटलेली, सागराच्या निळाईत वेढलेली देवभूमी केरळ. एकीकडे चिऱ्याचिऱ्यावर मुद्रित झालेल्या रजपूतांच्या शौर्यकथा आहेत तर दुसरीकडे दुतर्फा नारळीच्या झाडांची सलामी घेणारे असंख्य जलमार्ग आहेत. एकीकडे पराक्रम आहे, त्याग आहे, हजारो वीरांगनांच्या जोहाराने पावन झालेली भूमी आहे. दुसरीकडं हिरवाकंच शालू परिधान केलेली धरणीमाता, तिच्याशी लडिवाळ खेळणारे जलप्रपात, पक्ष्यांचा मधुर कुंजारव यातून तयार झालेले अलौकिक वातावरण आहे.

'केल्याने देशाटन, पंडितमैत्री सभेत संचार' मनुष्यप्राण्याला शहाणपण येतं अशा अर्थाचं संस्कृत सुभाषित शाळेत घोकून पाठ केल्याचं आजही चांगलं लक्षात आहे. त्याची प्रचितीही वेळोवेळी आलेली आहे. गेल्या काही वर्षात आपल्या खंडप्राय देशातल्या दोन टोकांवरच्या दोन राज्यांचा प्रवास करण्याचा योग आला. एक उत्तरेचा राणा कुंभ, राणा संग आणि राणा प्रताप यासारख्या परमवीरांच्या पराक्रमानं आणि बलिदानानं पावन झालेला, राणी पद्मिनी आणि राणी कर्णावती यांच्या जोहारानं वंदनीय झालेला राजस्थानातला मेवाड प्रांत. तर दुसरा 'देवभूमी' म्हणून प्रसिद्ध असलेला दक्षिणेकडचा अनुपम वनश्रीची हिरवाई ल्यालेला आणि समुद्राच्या निळाईनं वेढलेला केरळ. एक देशाटन आपल्या उज्ज्वल इतिहासाची नव्यानं ओळख करून देणारे आणि दुसरे निसर्गाशी संपूर्ण तादात्म्य

साधणारे. सर्वस्वी वेगळे अनुभव आणि तेही जीवन समृद्ध करणारे! आज या प्रवासातल्या आठवणींची उजळणी करताना मात्र दोनच गोष्टी प्रामुख्यानं माझ्या मनःपटलावर साकार होतात. उदयपुरातलं राणाप्रताप स्मारक आणि कन्याकुमारीचे स्वामी विवेकानंद स्मारक. या दोन महामानवांचं जाज्वल्य देशप्रेम, निष्ठा आणि आपापल्या पद्धतीनं त्यांनी केलेली अमूल्य राष्ट्रसेवा यांचा संदेश देणारी ही राष्ट्रीय तीर्थस्थानंच आहेत, असं मला वाटतं.

राजस्थान म्हटलं की डोळ्यांसमोर साकार होतात भव्य राजवाडे, हवेल्या आणि चितोडगड जयपुरातले प्रचंड किल्ले. आपल्या देशात दिल्ली, आग्रा तसेच म्हैसूर, मदुराई याठिकाणी भव्य राजवाडे आहेत. परंतु इतिहासातल्या अनेक रोमहर्षक घटनांची तसेच लढायांची उदयपूर आणि चितोडगड याठिकाणी ज्या तीव्रतेनं जाणीव होते तशी इतरत्र होत नाही असा माझा अनुभव आहे. चितोडच्या किल्ल्यातील चिऱ्याचिऱ्यावर रजपूतांच्या शौर्यकथा मुद्रित झाल्या आहेत. तिथल्या भग्नावशेषावर पन्ना दाईच्या असीम त्यागाची कथा कोरलेली आहे. राणी पद्मिनी, राणी कर्णावती आणि त्यांच्याबरोबर हजारो वीरांगनांनी जोहार केलेल्या पावन भूमीवर उभं राहिल्यानंतर अंगावर रोमांच उठल्याखेरीज राहत नाहीत! तेथूनच समोर दिसणारा १२२ फूट उंचीचा नऊ मजली विजयस्तंभसुद्धा या वीरांगनांच्या बलिदानापुढं थिटा वाटू लागतो. या उत्तुंग विजयस्तंभाची नखशिखांत कलाकुसरीनं नटलेली वास्तू मला दिल्लीतल्या कुतूबमिनारपेक्षा अनेकपटीनं सरस वाटली. पराक्रमी, रसिक, संगीतज्ज्ञ अशा विविध गुणांनी संपन्न असलेल्या राणा कुंभाने माळव्याचा राजा महमूद खिलजी आणि गुजरातचा राजा अहमदशाह या दोघांना पराजित केल्यानंतर १४४८ साली हा विजयस्तंभ बांधला. त्यासाठी राजस्थानातील मकराना येथील संगमरवरी दगडांचा वापर केला आहे. राणा कुंभाची विजयगाथा सांगणारी ही वास्तू आजही उत्तम स्थितीत दिमाखात उभी आहे.

पन्ना दाईनं आपल्या मुलाचं बलिदान देऊन वाचवलेला छोटा उदय पुढं चितोडगडचा राणा उदयसिंग झाला. त्यानं सुरक्षिततेच्या दृष्टीनं सूर्योपासक सिसोदिया घराण्याची राजधानी चितोडहून उदयपूरला हलविली. मेवाडची राजधानी आणि पुढल्या काळात वैभवशाली बनलेली उदयपूर नगरी राणा उदयसिंगानेच वसवली. अरवलीच्या पर्वतरांगांनी वेढलेलं आणि अनेक सरोवरांनी सुशोभित असं हे सुंदर शहर आहे आणि म्हणूनच जागतिक पर्यटनक्षेत्रांत उदयपूरला अव्वल दर्जाचं स्थान आहे. पिचोला सरोवराच्या काठी बांधलेला राजवाडा आज 'सिटी पॅलेस' या नावानं ओळखला जातो. काळाची मानवंदना घेत उभ्या असलेल्या या अतिभव्य राजवाड्याच्या प्रांगणात दररोज संध्याकाळी लाईट आणि साऊंड शो होतो. तासाभराचा हा कार्यक्रम मेवाडच्या सिसोदिया घराण्याचा ५०० वर्षांचा रोमहर्षक इतिहास साकारतो. यात राणा प्रतापच्या शौर्यकथांचा सिंहाचा वाटा आहे हे सर्वश्रुत आहे. उदयपुरात एकाहून एक सरस असे अनेक प्रासाद आहेत. बहुतेकांचं

पंचतारांकित हॉटेलमध्ये रुपांतर करण्यात आलं आहे. इथं दरवर्षी मोठ्या संख्येनं येणाऱ्या परदेशी पर्यटकांच्या दृष्टीनं ही सोय करण्यात आली आहे. त्यापैकी एक पिचोला सरोवराच्या मध्यभागी विराजमान असलेलं जगप्रसिद्ध 'पिचोला लेक पॅलेस हॉटेल.' सरोवराच्या मध्यभागी जणू एखादं भव्य शुभ्र कमळ फुलावं तसं या हॉटेलचं दृश्य दिसतं. जगातलं एक महागडं हॉटेल अशीही याची प्रसिद्धी आहे. साहजिकच आमच्यासारख्यांना लांबून दृष्टिसुख घेण्यातच आनंद मानावा लागला. परंतु खेदही वाटला नाही.

या सर्व राजवाड्याचं वैभव आणि वास्तुसौंदर्य कितीही अनुपम असलं तरी उदयपुरातल्या एका टेकडीवर दिमाखानं उभ्या असलेल्या राणाप्रताप स्मारकाची शान काही औरच आहे. प्रत्येक मराठी माणसाला अभिमान वाटावा अशी एक गोष्ट इथं समजली. हा अश्वारूढ राणाप्रतापचा भव्य पुतळा सांगलीच्या सुप्रसिद्ध म्हात्रे शिल्पकारानं बनविलेला आहे. चेतक घोड्याची ऐट, राणाच्या चेहऱ्यावरील करारी भाव आणि तीक्ष्ण नजर शिल्पकाराच्या कौशल्याची साक्ष देतात, असं वाटतं की, कोणत्याही क्षणी आपल्या आवडत्या चेतक घोड्याचा लगाम खेचून राणाजी अरवलीच्या डोंगरकुशीत दडलेल्या हल्दीघाटीकडे रवाना होतील! पुतळा ज्या भव्य स्तंभावर उभा आहे त्यावर हल्दीघाटीच्या लढाईचं अप्रतिम म्युरलही बनविलं आहे. अवतीभवतीची बाग अनेक कारंजांनी सुशोभित केलेली आहे. पुतळ्यासमोर जाताच प्रत्येकजण आदरानं आपोआप नतमस्तक होतो. जयपूरच्या राजा मानसिंगसारखं अकबर बादशहाचं अधिपत्य स्वीकारून राणाप्रतापलाही ऐषोआरामाचं जीवन जगता आलं असतं. पण मग आपल्या इतिहासाची काही पानं सुवर्णाक्षरांनी लिहिली गेली नसती!

एकीकडे उज्ज्वल इतिहासाच्या खुणा अंगोपांगी मिरविणारा राजस्थानातला मेवाड प्रांत तर दुसरीकडे निसर्गाचा वरदहस्त लाभलेला 'देवभूमी' केरळ प्रांत. परमेश्वराच्या खास मर्जीतल्या या प्रदेशात नजर पोचेल तिथपर्यंत पसरलेली हिरवाई आणि सतत सोबतीला असणाऱ्या सागराची निळाई यात आपण पार हरवून जातो. इथली 'बॅकवॉटर्स' हा एक विलक्षण नैसर्गिक चमत्कार आहे. अनेक छोट्या नद्या अरबी समुद्राला मिळतात. त्या नद्यांच्या मुखातून समुद्राचं पाणी आतल्या दिशेनं येतं आणि इथले नयनरम्य जलमार्ग तयार होत जातात. दुतर्फा ओळीनं उभ्या असलेल्या नारळींची सलामी घेत मोटारबोट या जलमार्गातून मार्गक्रमण करते तेव्हा सोबतीला आजूबाजूनं जाणाऱ्या शेकडो बदकांच्या कलकलाटाचं पार्श्वसंगीतही असतं. नारळीच्या बागांत झोपड्या तर आहेतच. शिवाय सुबक हाऊसबोटी तरंगताना दिसतात. वाहत्या पाण्याचा नाद, माडांची सळसळ आणि पक्ष्यांचा मधुर गुंजारव यांची एक अलौकिक सिंफनी आसमंतात भरून राहिलेली असते. खरंच इतर ठिकाणच्या कोलाहलाला वैतागून आपले समस्त तेहतीस कोटी देव इथल्या निवांत भूमीत वास्तव्याला आले नसतील ना?

या स्वप्नवत वातावरणातून बाहेर आल्यानंतर आणखी एका निसर्गरम्य ठिकाणाकडे 'मुन्नार'कडे आम्ही मार्गस्थ झालो. मुन्नार हे केरळातलं थंड हवेचं स्थळ म्हणून प्रसिद्ध आहे. मुन्नारच्या डोंगरउतारावर चहूबाजूंनी हजारो एकरात पसरलेल्या टाटा कंपनीच्या चहाच्या बागा, त्यांची आखीव-रेखीव रचना आणि त्यातून नागमोडी रस्त्यानं धावणारी आमची बस आम्हाला आणखी एका वेगळ्याच जगात घेऊन जात होती. इथं राज्य असतं हिरवाकंच शालू परिधान केलेल्या धरणीमातेचं आणि तिच्याशी लडिवाळ खेळ खेळणाऱ्या जलप्रपातांचं याच समृद्धीवर भारतातला अव्वल दर्जाचा केरळ पर्यटन व्यवसाय ठामपणे उभा आहे. जोडीला केरळी लोकांनी आपल्या प्रयत्नानं आणि कल्पकतेनं पुरेपूर हातभार लावला आहे, प्राचीन आयुर्वेद उपचारपद्धतीचं उत्तम मार्केटिंग करून परदेशी प्रवाशांना आकर्षित करण्यात ते यशस्वी झाले आहेत. निसर्गाची देणगी आणि मानवी प्रयत्न यांचा सुयोग्य मेळ कसा चमत्कार घडवू शकतो याचं हे उत्तम उदाहरण आहे.

केरळचा प्रवास म्हटलं की कन्याकुमारीला भेट देणं ओघानं आलंच. त्याशिवाय केरळप्रवासाची सांगता होऊच शकत नाही. भारताच्या या थेट दक्षिणटोकाला बंगालचा उपसागर, हिंदी महासागर आणि अरबी समुद्र यांचा अनोखा संगम पाहायला मिळतो. म्हणूनच या ठिकाणाचं 'तीन समुद्रमीलन' हे नामकरण अत्यंत सार्थ आहे. इथल्या गांधीभवनाच्या गच्चीतून सकाळी पूर्वेला बंगालच्या उपसागरावरचा सूर्योदय आणि संध्याकाळी पश्चिमेकडे अरबी समुद्रावरचा सूर्यास्त पाहण्याचा दुर्मीळ योग साधता येतो. सूर्योदयाला समुद्राच्या लाटांवर परावर्तित होणाऱ्या कोवळ्या गुलाबी सूर्यकिरणांचा खेळ डोळ्यांचं पारणं फेडणारा असतो. परंतु माझ्यामते सूर्यास्त माणसाला अंतर्मुख करतो. तर सूर्योदय मात्र नव्या दिवसाला नव्या जोमानं सामोरं जाण्याची प्रेरणा देतो.

या समुद्रमीलनाच्या तीरावर हातात वरमाला घेऊन वर्षांनुवर्ष भगवान शंकराची वाट पाहत उभ्या असलेल्या देवी कन्याकुमारीचं मंदिर आहे. भारतातल्या अनेकानेक सुंदर देवीशिल्पातली ही कन्याकुमारीची मूर्ती सर्वात रेखीव आहे असं मला वाटतं. तिच्या कानातली, गळ्यातली आणि नाकातली चमचमणारी हिऱ्याची आभूषणं तिचं सौंदर्य वृद्धिंगत करतात यात शंका नाही. येथून जवळच नजरेच्या टप्प्यात समुद्रात काही मैलावर स्वामी विवेकानंदांच्या पदस्पर्शानं पुनीत झालेल्या सुप्रसिद्ध शिळेवर विवेकानंद स्मारक उभे आहे. याच शिळेवर स्वामीजींनी तब्बल ७२ तास अविरत ध्यानधारणा केली होती. भारतातल्या दरिद्री नारायणाची सेवा करून भारताचं उत्थान करण्याची प्रेरणा त्यांना इथंच मिळाली होती. स्मारकमंदिरातला स्वामी विवेकानंदांचा धीरगंभीर पूर्णाकृती पुतळा आजही समस्त भारतवासीयांना 'उत्तिष्ठत। जाग्रत।' म्हणजे 'उठा, जागे व्हा' हा वेदातला संदेश तेवढ्याच कळकळीनं सांगतो आहे अशी तीव्रतेनं जाणीव होते. कारण भारताला स्वातंत्र्य मिळून तब्बल ६० वर्षं उलटून गेली तरी स्वामी विवेकानंदांना अभिप्रेत असलेला

जातपातविरहित संपन्न समाज आपण निर्माण करू शकलेलो नाही! या महामानवाच्या सान्निध्यात पुन्हा एकदा तनमन नतमस्तक झालं. विवेकानंदांची ही स्मारकवास्तू उभी करण्यात एका मराठी माणसाचा - श्री. एकनाथ रानडे यांचा सिंहाचा वाटा आहे हे ऐकून पुन्हा एकदा मन अभिमानानं उचंबळून आलं.

प्रवासातले असे हे मोलाचे क्षण आपल्या मनावर कायमचे कोरले जातात. त्यांच्या स्मरणानं आपल्या जीवनातला एखादा कोपरा उजळून जातो आणि माझ्या दृष्टीनं प्रवासाचं हेच खरंखुरं फलित असतं.

(पूर्वप्रसिद्धी - साहित्यसूची, ऑगस्ट २०१०)

●●●

केल्याने देशाटन

कधी निसर्गनिर्मित सौंदर्यस्थळांचा आस्वाद घेण्यासाठी आपण प्रवास करतो, तर कधी मानवनिर्मित अद्भुत कलाकृतींचं अवलोकन करण्यासाठी. आपल्याला आवडलेल्या गोष्टी छायाचित्रांच्या माध्यमानं साठवून ठेवतो आणि त्या आठवणींच्या पुनः प्रत्ययाचा आनंद घेत राहतो. परंतु संस्कृत सुभाषितांतल्या 'देशाटन' या शब्दाचा एवढाच मर्यादित अर्थ अभिप्रेत नाही. या निमित्तानं नानाविध अनुभवांची जी अमूल्य संपदा आपण गोळा करतो, तीच आपली खरी ठेव असते. विशेषतः रेल्वेच्या लांबच्या प्रवासात निरनिराळ्या प्रांतातली, वेगवेगळ्या भाषा बोलणारी माणसं भेटतात. परदेशगमनात तर अनेक देशांतल्या लोकांशी संपर्क येतो, विचारांची देवाणघेवाण होते. खूप नवीन गोष्टी कानांवर पडतात. यासाठी आपले कान आणि डोळे मात्र सतत सावध असायला हवेत. आजुबाजूला घडणाऱ्या घटना नेमकेपणानं टिपण्याची वृत्ती हवी. संवेदनाक्षम व्यक्तीला भोवतालच्या लोकांचे स्वभावविशेष, वागण्या-बोलण्याच्या पद्धती सहजपणे लक्षात येतात. मानवी स्वभावाचे नाना पैलू पाहण्याची, समजून घेण्याची ती एक मोठी पर्वणी असते.

व्यवसायानिमित्तानं बनारससारख्या उत्तर भारतातल्या शहरात आमचं दीर्घकाळ वास्तव्य झाल्यामुळं या भागातल्या लोकांच्या ऐसपैस स्वभावाची फार जवळून ओळख झाली. आमच्या कुटुंबातील चार जणांना कधी रेल्वेचं पुरेसं आरक्षण मिळालेलं नसायचं. अशा वेळी आमचे सहप्रवासी आम्हाला अगदी सहजपणे सामावून घ्यायचे. कधी नेमका याच्या उलट प्रकार असायचा. आमच्या आरक्षित जागेवर मोठ्या प्रेमानं आपला हक्क बजावणारेही थोडेथोडके नसत. 'अरे, आप आरामसे सो जाइए, हम बस कोनेमें बैठते

हैं ।' असं म्हणत हळूहळू निम्मा बर्थ बळकावून बसायचे. सारा गुण्यागोविंदानं वेळ साजरी करायचा मामला असे. बरेचवेळा एकटीनं एवढ्या लांबचा बनारस ते मुंबई प्रवास करायचेही प्रसंग आले, अशा वेळी बनारसी साड्यांचे गठ्ठे घेऊन मुंबईला जाणाऱ्या मुस्लीम कारागिरांची साथ मिळालेली आहे. स्टेशनवर पाणी, चहा आणून देण्यापासून माझा प्रवास सुखाचा होईल, याकडे जातीनं लक्ष पुरविणारे हे सहप्रवासी बंधुत्वाचा आणि माणुसकीचा संदेश देण्यात कुठंही कमी पडत असतील, असं मला वाटत नाही. नशिबानं मारवाडी कुटुंबाची साथ मिळाली तर मग खाण्यापिण्याची चिंताच करायला नको. कैक प्रकारचे पराठे आणि लोणची यांची रेलचेल असायची. तुम्ही कितीही नकार दिला तरी प्रेमानं आणि आपुलकीनं तुम्हाला आपल्यात सामील केल्याखेरीज राहात नाहीत.

एकदा जुन्या फर्स्टक्लासच्या डब्यात एक उच्चपदस्थ लष्करी अधिकारी आमच्या आरक्षित जागेवर आपला भलामोठा होल्डॉल पसरून त्यावर आरामात स्थानापन्न झाला होता. आम्ही प्रवेश करताच हसतमुखानं आमचं स्वागत करून त्या पसरलेल्या बिछान्यावर आम्हाला बसण्याची विनंतीवजा आज्ञा करून मोकळा झाला. 'हेही नसे थोडके' असं समजून आम्ही आपलं अंग चोरून बसते झालो. अशा कडू, गोड, मजेदार आठवणींनी तुडूंब भरलेल्या शिदोरीत अशाच एका चोरीला गेलेल्या पर्सची अफलातून कहाणीही आहे. ऐन उन्हाळ्यात दिल्ली ते बनारस साध्या स्लीपरमधून प्रवास केलेली मी पार थकून गेले होते आणि संध्याकाळच्या एका झुळकीनं अंमळ पेंगुळले होते. एका छोट्या स्टेशनवर गाडी थांबली. अचानक हाताला हिसका बसल्याचं जाणवल्यामुळं मी जागी झाले. लक्षात आलं की, खिडकीतून आत हात घालून मोठ्या शिताफीनं चोरानं माझी पर्स पळवली होती. डब्यांच्या दाराशी जाऊन मी 'चोर, चोर' असा आरडाओरडा केला. पर्स पळवणाऱ्या चोराच्या मागे आणखी एका माणसाला पळताना सर्वांनी पाहिलं होतं. पण एवढ्यात गाडी हलली. एव्हाना कर्णोपकर्णी ही बातमी कंडक्टरपर्यंत पोचली होती. विशेष म्हणजे थोड्याच वेळात कंडक्टर महाशय अवतरले आणि त्यांनी चक्क माझी तक्रारही नोंदवून घेतली. जणू काही घडलंच नाही, अशा थाटात सारे सहप्रवासी पुन्हा पेंगुळले; पण पैशाबरोबरच काही महत्त्वाची कागदपत्रे त्या पर्समध्ये असल्यामुळं माझी झोप मात्र पार उडाली होती. देवाचा धावा करण्याखेरीज दुसरा पर्याय नव्हता. दोन स्टेशनं पार करून गाडी एका मोठ्या स्टेशनात थांबली. अचानक आकाशवाणी व्हावी, त्याप्रमाणं स्टेशनवरच्या स्पीकरवर माझी पर्स मिळाल्याची घोषणा होत होती. ओळख पटवून मालकानं पर्स गौरीगंज स्टेशनमास्तरकडून घ्यावी, अशीही सूचना होती. माझा माझ्या कानांवर विश्वास बसत नव्हता. भारतीय रेल्वेच्या इतिहासातली एक अभूतपूर्व घटना घडत होती. माघारी जाणाऱ्या गाडीतून परत जाऊन मी पर्स मिळवली आणि तब्बल बारा तासानंतर सुखरूप बनारसला घरी पोचले. प्रत्येक ठिकाणी लोकांची मदत करण्याची

भावना होती. छोट्या स्टेशनवरच्या स्टेशनमास्तरचा सच्चेपणा होता. आज दुर्मीळ झालेले हे गुण तीस वर्षांपूर्वी सहजपणे प्रकट होत असत.

याउलट बिहारमधून प्रवास करताना लोक इतके धास्तावलेले का असतात याचाही चक्षुर्वैसत्य अनुभव आम्हाला मिळाला. वातानुकुलीत डब्यात रात्री दारू पिऊन धिंगाणा घालणाऱ्या एका उच्चपदस्थ अधिकाऱ्याला सर्व सहप्रवाशांनी मिळून तंबी दिली आणि कंडक्टरच्या मदतीनं त्याला शेवटच्या कंपार्टमेंटमध्ये हलविण्यात आम्ही यशस्वीही झालो. परंतु 'मूरी'नामक बिहारमधल्या स्टेशनवर उतरल्यावर आमची भुवनेश्वरला जाणारी 'पुरुषोत्तम एक्स्प्रेस' पुढे न जाऊ देण्याची धमकी तो देऊ लागला. बिहारची प्रसिद्धी लक्षात घेता हे अशक्य नव्हतं. आता पुरीच्या ज्या जगन्नाथाच्या दर्शनाला आम्ही चाललो होतो त्याची प्रार्थना करणं एवढंच आमच्या हाती होतं. शेवटी तोच आमच्या हाकेला धावून आला असावा. तो वाचाळ दारूडा मूरी स्टेशनवर उतरला. कंडक्टरनं पटकन् बोगी लॉक केली. गाडीही वेळेवर विनासंकट सुटली आणि सर्वांनी सुटकेचा निश्वास टाकला. जिथं भगवान बुद्धाच्या तपस्येनं पावन झालेली भूमी 'बुद्धगया' आहे. एकेकाळी सम्राट अशोकाचं साम्राज्य होतं आणि नालंदासारखं प्राचीन काळातलं विख्यात विश्वविद्यालय होतं अशा प्रदेशातून प्रवास करताना असा क्षुद्र अनुभव यावा याचंच आम्हाला वाईट वाटलं. 'कालाय तस्मै नमः ।'

भुवनेश्वरचं लिंगराज मंदिर, पुरीचं अतिविशाल जगन्नाथाचं मंदिर आणि वास्तुकलेचा अप्रतिम नमुना असलेलं कोणार्कचं एकमेवाद्वितीय सूर्यमंदिर ही ओरिसातली प्रेक्षणीय स्थळं, दक्षिणेतल्या मीनाक्षी किंवा रामेश्वरच्या मंदिराशी तोडीस तोड आहेत. पुरीचा समुद्रकिनारा जगातल्या सुंदर किनाऱ्यांपैकी एक आहे. पण माझ्या मनाला खरी ओढ असते, ती जागा पाहण्याची जिथं कलिंगयुद्धात रक्ताचे पाट वाहिले आणि सम्राट अशोकाचं अवघं जीवन बदलून गेलं. त्याबरोबरच भारताच्या इतिहासाला एक वेगळं वळण लागलं. एका नव्या पर्वाला-बौद्धधर्माच्या सुवर्णयुगाला प्रारंभ झाला. या ठिकाणी जपान सरकारच्या मदतीनं बांधलेला भव्य शांतिस्तूप जगाला शांतीचा संदेश देत असतो. तिथल्या परिसरात वावरताना प्रत्येकाच्या मनाला ही भावना स्पर्शून जात असेल यात शंका नाही. अशीच काहीशी अलौकिक अनुभूती भारतातल्या आणखी दोन ठिकाणी आल्याचं आजही प्रकर्षानं जाणवलं. राजस्थानातल्या जयपूर-उदयपूरचे भव्य राजवाडे, जोधपूर-जेसलमेरच्या हवेल्या आणि चितोडगडचा विशाल किल्ला ही ठिकाणे इतिहासातल्या अनेक रोमहर्षक लढायांचे आणि घटनांचे साक्षीदार आहे. परंतु पन्नाराईच्या असामान्य त्यागाची कथा कोरलेले चितोडगड आणि राणी पद्मिनी व राणी कर्णावतीबरोबर हजारो वीरांगनांनी जोहर केलेली तिथली पावनभूमी त्याग, शौर्य आणि बलिदान अशा दुर्मिळ गुणांची जणू स्मारकं बनली आहेत. प्रत्येक भारतीयाला नतमस्तक करण्याचं सामर्थ्य

असलेलं आणखी एक स्थळ म्हणजे उदयपुरातल्या टेकडीवर दिमाखानं उभं असलेलं राणाप्रताप स्मारक, अकबर बादशहाचं अधिपत्य स्वीकारून राणाप्रतापलाही उदयपूरचं राज्य वाचवता आलं असतं; पण मग त्याच्या शौर्यगाथांनी इतिहासाची पानं समृद्ध झाली नसती. धन्य ती माणसं आणि धन्य ती त्यांना घडवणारी माती. अशीच धन्यता थेट दक्षिणेला कन्याकुमारी जवळच्या स्वामी विवेकानंद स्मारक मंदिरात पोचल्यानंतर वाटते. स्वामीजींच्या पदस्पर्शानं पुनीत झालेल्या समुद्रातील एका प्रचंड शिळेवर हे स्मारक उभं आहे. याच शिळेवर अखंड बहात्तर तास स्वामीजींनी ध्यानधारणा केली होती आणि पारतंत्र्यात खितपत पडलेल्या भारताचं उत्थान करण्याची प्रेरणा त्यांना मिळाली होती.

स्मारकमंदिरातल्या विवेकानंदांच्या धीरगंभीर पूर्णाकृती पुतळ्यासमोर नतमस्तक होताना त्या महामानवाचं केवळ भारतातलंच नाहीतर साता समुद्रापलीकडल्या अमेरिकेतल्या शिकागो शहरातलं कार्य डोळ्यांसमोर साकार होतं. शिकागोतील सर्वधर्म परिषदेत ज्या वास्तूत त्यांचं हिंदू धर्मावरचं भाषण गाजलं होतं, त्या लगतच्या मोठ्या रस्त्यावर 'स्वामी विवेकानंद अव्हेन्यू' अशी पाटी पाहून मन अभिमानानं उचंबळून आलं होतं. भारताबाहेरचं पहिलं रामकृष्ण मिशन याच शहरात आहे. येथून जवळच नव्यानं बनलेल्या 'मिलेनियम पार्क'मध्ये आणखी एका भारतीयाच्या कर्तृत्वाच्या पाऊलखुणा आहेत. अनीश कपूर नामक भारतीय आर्किटेक्टनं साकार केलेली एक आगळीवेगळी कलाकृती या पार्कचं प्रमुख आकर्षण आहे. अशा ठिकाणी मनापासून म्हणावंसं वाटतं, 'गर्वसे कहो हम भारतीय है।'

अलीकडेच मलेशिया, थायलंड, सिंगापूर या त्रिस्थळांना भेट देण्याचा योग आला. 'गार्डियन टूर्स'तर्फे आयोजित सफर होती. भारतापासून तसे फारसे दूर नसणारे आग्नेय आशियातले हे चिमुकले देश. आपले पूर्वेकडचे शेजारी. परंतु आपल्या देशातल्या दीर्घकालीन ब्रिटीश राजवटीमुळं आपल्यावर पाश्चिमात्त्य संस्कृतीचा विशेष पगडा आहे. स्वातंत्र्यानंतरसुद्धा राज्यकर्त्यांचा देश म्हणून इंग्लंडचं आकर्षण आणि नंतर शिक्षण आणि नोकरीच्या निमित्तानं अमेरिकेकडे धाव! एकूणच आपली नजर सतत पश्चिमेकडे वळलेली. पूर्वेकडे ऑस्ट्रेलिया, चीन, जपान सोडून इतर अनेक देश आहेत याची तीव्र जाणीव फार अलीकडची. त्यामुळे हे देश पाहण्याची आणि त्यांची संस्कृती समजून घेण्याची खूप उत्सुकता होती. आमचं कॅथे पॅसिफिक कंपनीचं विमान 'सुवर्णभूमी' विमानतळावर उतरलं आणि थायलंडची राजधानी बँकॉक इथं नुकत्याच बांधलेल्या या अद्ययावत, प्रचंड आणि स्वच्छ विमानतळावर पाऊल टाकताच मन प्रसन्न झालं. मुख्य आवारात प्रवेश केल्यानंतर आश्चर्याचा आणखी एक सुखद धक्का बसला. समोरच्या प्रशस्त दालनात आपल्या पुराणातील देवदानवांच्या समुद्रमंथनाचं भव्य दृश्य अप्रतिम शिल्पाकृतींच्या माध्यमातून साकार झालेलं दिसलं. भारताच्या संस्कृतीशी नाळ जोडणारं

ते शिल्प पाहून मन भारावून गेलं. हजारो वर्षांपूर्वी या पूर्वेकडील देशात सम्राट अशोकानं बौद्धधर्माचा प्रसार केला होता. त्या अनुषंगानं भारतीय संस्कृतीशीही त्यांची ओळख झाली असावी. नंतरच्या प्रवासात आमची थायी टूर गाईड तान्मा हिच्याकडून समजलं की इथले ९५% लोक बुद्धधर्मी आहेत. त्यांचं राष्ट्रीय पुष्प 'यलो फ्लॉवर्स' म्हणजे आपल्याकडील 'अमलतास' किंवा 'बहावा.' राष्ट्रीय प्राणी तर मूर्तिमंत गजराज. या गजराजांचे अनेक कारनामे सफारी पार्कमध्ये पाहायला मिळाले. छोट्यामोठ्या हत्तींच्या टीमनं चक्क आमच्यासाठी फुटबॉलचा खेळ सादर केला. हे सर्व अनुभवताना जाणवलं होतं की, संस्कृतीनं ही थायी माणसं आपल्या किती जवळची आहेत; पण मग काही फरकही तीव्रतेनं जाणवत होते. लोकसंख्येत स्त्रियांचं प्रमाण अधिक आहे आणि साक्षरता जवळ जवळ ९०% आहे. स्त्रिया सर्वत्र सर्व प्रकारची कामं करताना दिसतात. दिवसभर काम केल्यानंतर बहुसंख्य स्त्रिया संध्याकाळी रोडसाईड स्टॉलवर जेवण घेणं पसंत करतात. नूडल्स, भाज्या, भात आणि मासे असं पौष्टिक जेवण अगदी वाजवी दरात उपलब्ध असतं. आपल्या पारंपरिक 'मसाज' उपचारपद्धतीचं उत्तम मार्केटिंग करून परदेशी प्रवाशांना आकर्षित करण्यात थायी लोक विलक्षण यशस्वी झाले आहेत. प्राचीन आयुर्वेद उपचार पद्धतीचं असं यशस्वी मार्केटिंग आपल्याकडे फक्त केरळात पाहायला मिळतं.

मानवी प्रयत्न आणि निसर्गाची देणगी यांचा सुयोग्य मेळ कसा चमत्कार घडवू शकतो याची उत्तम उदाहरणं थायलंडप्रमाणेच मलेशिया आणि सिंगापूरमध्ये ठायी ठायी दिसतात. मलेशियात हिरवीकंच पामची झाडं माना डोलवून आपलं स्वागत करताना दिसतात. पामतेल आणि खनिजतेल यावर मलेशियाची समृद्धी उभी आहे. इथली प्रजा मलाय, चिनी आणि भारतीय अशा संमिश्र वर्णाची आहे. बहुसंख्य मलाय लोकांनी मुस्लीम धर्म स्वीकारला आहे आणि म्हणूनच हा देश अधिकृतरीत्या 'इस्लामिक रिपब्लिक' आहे. तरीही सर्व लोक गुण्यागोविंदानं नांदताना दिसतात. क्वालालंपूर या राजधानीच्या परिसरात कार्तिकेय, मुरुगन अशा दक्षिण भारतीय देवतांची प्रचंड मंदिरं आहेत. 'बाटु केव्हज्' नामक प्राचीन गुहेतही हिंदू संस्कृतीचे अवशेष आढळतात. दुसरीकडे जगप्रसिद्ध पेट्रोनास टॉवर्स मलेशियाच्या आर्थिक सामर्थ्याची जाणीव करून देतात. फक्त चेहरा सोडून संपूर्ण शरीर वस्त्राच्छादित असलेली आमची टूर गाईड झुरा उत्तम इंग्लिश बोलणारी, हसतमुख तरुणी होती. अशा नाना धर्म, वर्ण, वेशभूषा यशस्वीपणे सामावून घेऊन त्याला एकत्र बांधून ठेवणाऱ्या या चिमुकल्या मलेशियाला उत्स्फूर्तपणे सलाम करावासा वाटला. सिंगापूरची गोष्टच न्यारी आहे. तिथंही चायनीज, मलाय आणि भारतीय लोक आहेत. चायनीज बहुसंख्य आहेत. सर्वांनी एकजुटीनं आणि अथक प्रयत्नानं आपल्या चिमुकल्या देशाला प्रगतीच्या आणि भरभराटीच्या अत्युच्च शिखरावर नेऊन बसवलं आहे. शिस्त,

मेहनत आणि कमालीची स्वच्छता या गुणांचं अजब रसायन त्यांनी कसं काय अवगत केलं आहे, हा आम्हा भारतीयांच्या दृष्टीनं अभ्यासाचा विषय होऊ शकतो.

देशाटनाचं खरंखुरं फलित हेच असायला हवं असं मला वाटतं. बाकी पाहिलेली प्रेक्षणीय स्थळं फोटो अल्बममध्ये बंदिस्त असतातच!

(पूर्वप्रसिद्धी - सुवासिनी, दिवाळी २०१०)

(कै. अविनाश केळकर स्मृतिप्रीत्यर्थ 'साहित्यप्रेमी भगिनी मंडळा'तर्फे घेतलेल्या ललितलेख स्पर्धेतील पुरस्कारप्राप्त लेख)

●●●

मिनियापोलीसची अन्नपूर्णा - बेट्टी क्रोकर

अमेरिकेत पॅकेज्ड अन्नव्यवसायाचा शुभारंभ करण्याचे सारे श्रेय मिनियापोलीसची पहिली स्त्री उद्योजिका बेट्टी क्रोकर हिला जाते. जवळजवळ शंभर वर्षांपूर्वी इथल्या 'वॉशबर्न कॉस्बी मिलोग कंपनी' या अमेरिकतेल्या त्यावेळच्या सर्वात मोठ्या गव्हाच्या पिठाच्या गिरणीनं 'बेट्टीक्रोकर' ची प्रतिमा कशी निर्माण केली आणि त्या प्रतिमेनं केवळ अमेरिकन स्वयंपाकघरातच नाही, तर जगभरातल्या खाद्यप्रेमींच्या हृदयात कसं मानाचं स्थान मिळवलं ही हकिकत मिनियापोलीस शहराच्या इतिहासाएवढीच मनोरंजक आहे. किंबहुना दोन्ही एकमेकांना पूरक आहेत, असंच म्हणता येईल. मिसिसिपी नदीकाठी असलेल्या भव्य 'मिल सिटी म्युझियम'मध्ये हा वारसा उत्तमरीतीनं जतन करून ठेवला आहे.

मिनियापोलीसच्या इतिहासाची सुरुवातच मुळी मिसिसिपीवरील 'सेंट अँथनी' या धबधब्यापासून होते. २३५० मैल लांबीची ही नदी कॅनडाच्या दक्षिण सीमेवर असणाऱ्या एका सरोवरातून उगम पावते. हे ऐकून नवल वाटलं. आजही तिच्या विस्तीर्ण पात्रातून मोठ्या बोटींचं दळणवळण सुरू असतं. प्रसिद्ध अमेरिकन लेखक मार्क ट्वेन यांच्या साहित्यात वेळोवेळी या नदीचा उल्लेख येतो. ही नदी जशी मध्य पश्चिम अमेरिकेतल्या औद्योगिक प्रगतीची जननी आहे, तशीच अमेरिकन संस्कृतीचाही एक अविभाज्य घटक आहे, असं लक्षात येतं. अमेरिकेतली चार मोठाली स्टेट्स पार करत ती थेट दक्षिणेला 'गल्फ ऑफ मेक्सिको'ला मिळते. तिच्या अंगाखांद्यावर आफ्रिकन अमेरिकन लोकसंगीत समृद्ध झाल्याच्या कथा आजही प्रचलित आहेत. सतराव्या शतकात या भागात वसाहतीसाठी आलेल्या फ्रेंच आणि स्पॅनिश या युरोपियनांनी हे शहर वसवलं.

त्यांच्या आगमनापूर्वीपासून या परिसरात राहणाऱ्या मूळच्या डाकोटा आणि ओजिबवे या रेड इंडियन्सच्या बोलीभाषेत पाण्याला 'मिनी' म्हणत. ग्रीक भाषेत 'पोलीस' म्हणजे शहर, हजारो सरोवर, धबधबे आणि मिसिसिपी नदी असं जिकडे पाहावं तिकडे पाणीच पाणी दिसल्यामुळं या शहराला 'मिनियापोलीस' असं सार्थ नाव दिलं गेलं असावं.

माझं बालपण कर्नाटकातल्या घटप्रभा नदीच्या काठावर आणि वैवाहिक जीवनाची तीस वर्षे बनारसला गंगेच्या तीरावर गेली असल्यामुळं मला नद्यांचं नेहमीच आकर्षण वाटत आलं आहे. नद्यांच्या परिसरात आपण निसर्गाशी घट्ट जोडले जातो. बनारसच्या गंगा नदीवरचा सूर्योदय असो, की कन्याकुमारीला तीन समुद्र एकत्र येतात त्या ठिकाणचा सूर्यास्त असो, हे अनुभव मला एक वेगळीच अनुभूती देऊन जातात. साहजिकच मिसिसिपी नदीचा परिसर आणि विशेषत: 'सेंट अँथनी' हा ऐतिहासिक महत्त्वाचा धबधबा पाहण्याची उत्सुकता लागून राहिली होती. कोणत्याही नव्या गावी गेलं की त्याच्या इतिहासात डोकावून धागेदोरे शोधण्याची मला आवड असल्यामुळे या धबधब्याची साद दुरूनही ऐकू येत होती.

२३५० मैल लांबीच्या या नदीवरचा हा एकमेव धबधबा आणि त्याची उंची फक्त पन्नास फूट. मग तिथं असं काय विशेष पहायला मिळणार, अशी शंकाही मनात डोकावत होती. परंतु सेंट अँथनी फॉल्स दृष्टिपथात आल्या आल्या जाणवलं की, या भागात प्रथम आलेल्या युरोपियनांनी याला 'नायगरा ऑफ द वेस्ट' असं का म्हटलं होतं. प्रसिद्ध नायगारासारखाच याचा आकार. अर्धवर्तुळाकार आहे. निसर्गाच्या सान्निध्यात राहणाऱ्या आणि रमणाऱ्या रेड इंडियन्ससाठी हे एक पवित्र स्थान होतं. लुई हेनपिन नामक मिशनऱ्यालाही सभोवतालच्या घनदाट जंगलाच्या पार्श्वभूमीवरचा हा धबधबा एवढा आवडला होता की, त्यानं याचं नामकरण 'सेंट अँथनी फॉल्स' असं केलं. कारण अँथनी हा त्याचा पेट्रन सेंट होता. जगातला कोणताही धर्म असो, त्याचं निसर्गातल्या दैवी शक्तीशी तादात्म्य असणारच, हे पुन्हा एकदा प्रकर्षानं जाणवलं! या भागात मिसिसिपी नदीवर अनेक पूल आहेत. सस्पेन्शन पूल, स्टील ट्रस आणि काँक्रीट कमानीचे पूल. त्याबरोबर जुनापुराणा दगडी कमानींचा पूल आजही उत्तम स्थितीत उभा आहे. तिथं चार क्षण निवांत बसण्याचा मोह आवरता आला नाही. मन नकळत भूतकाळात शिरलं. १६०० ते १८००च्या काळात फ्रेंच आणि स्पॅनिश लोकांनी या भागात मोठ्या वसाहती केल्याच्या हकिकती ऐकल्या होत्या. त्यांच्या उद्योजक प्रवृत्तीनं सेंट अँथनी फॉल्स आणि मिसिसिपी नदी याचं ऊर्जानिर्मिती आणि दळणवळण यासाठीचं महत्त्व ओळखलं होतं. परंतु याबरोबरच त्यांचा मूळच्या रेड इंडियन्सबरोबरच प्रचंड संघर्ष झाला असणार. शिवाय वन्य श्वापदांशी दररोजचा मुकाबला असणारच.

हे सारं आठवताना समोरच्या धबधब्याच्या पार्श्वभूमीवर त्या काळातल्या

जनजीवनाची, त्यांच्या संघर्षाची चित्रं साकार होऊ लागली आणि हळूहळू जाणवू लागलं की ही, 'हाऊ द वेस्ट वॉज वॉन' या अत्यंत गाजलेल्या एपिक फिल्ममधलीच तर ही दृश्यं आहेत! १८३९-८९ या पन्नास वर्षांच्या दीर्घ कालखंडात घडणारी प्रेस्कॉट नामक कुटुंबातल्या चार पिढ्यांची ही कथा आहे. अत्यंत खडतर परिस्थितीशी आणि रेड इंडियन्सशी लढा देत त्यांनी या भागात आपलं बस्तान कसं बसवलं, याची ही रोमहर्षक यशोगाथा आहे.

आता वर्तमानकाळातली समोरची 'मिल सिटी म्युझियम'ची भव्य वास्तू एखाद्या आलिबाबाच्या गुहेसारखी आम्हाला खुणावत होती. तिथंच आम्हाला मिनियापोलीसची अन्नपूर्णा-बेट्टी-क्रोकर भेटणार होती ना! १८७४ साली बांधलेल्या वॉशबर्न मिल या पहिल्या गव्हाच्या पिठाच्या गिरणीच्या भग्नावशेषांवर हे म्युझियम उभं आहे. मूळच्या गिरणीचा वारसा जपण्यासाठी मिनि- हिस्टॉरिकल सोसायटीने नव्वदीच्या दशकात हा निर्णय घेतला. अमेरिकनांचा इतिहासच मुळी जेमतेम ५०० वर्षांचा. त्यामुळे हाती येईल, तो तुकडा तुकडा ते जोडून ठेवतात आणि त्यांची जोपासना करतात.

म्युझियमच्या दर्शनी दालनातच बेट्टी क्रोकरला 'फर्स्ट लेडी ऑफ फूड' असं मानाचं स्थान मिळालं अहे. १९४० पासून आजपर्यंत बेट्टी क्रोकर ब्रँडची उत्पादनं बाजारात आली. त्यांची सुंदर मांडणी करण्यात आली आहे. वॉशबर्न मिल कंपनीनं बेट्टीचा ब्रँड कसा तयार केला याची अद्भुतरम्य कहाणी व्हिडिओ फिल्ममधून उलगडत जाते. पुढल्या दालनात प्रचंड अवजड यंत्रसामग्री आणि त्याविषयीचे सविस्तर माहिती फलक पाहायला मिळाले. त्यावरून सेट अँथनी फॉल्सची महती अधोरेखित होत होती. या धबधब्याच्या केवळ ५० फूट उंचीचा अत्यंत कल्पकतेनं उपयोग करून पाणचक्क्या आणि रोटेशन शॉफ्ट् चालवण्याची किमया साधली होती.

अशा यांत्रिक पद्धतीनं तयार झालेली ऊर्जा इथल्या उद्योगव्यवसायाची संजीवनी ठरली होती. या उर्जेचा उपयोग करून प्रथम आजूबाजूच्या जंगलातल्या लाकडांची कापणी होऊ लागली आणि मिसिसिपी काठी 'सॉ मिल्स' उभ्या राहिल्या. अमेरिकेच्या मिडवेस्ट भागातील डाकोटापासून थेट कॅनडापर्यंतच्या विस्तीर्ण सपाट प्रदेशात मोठ्या प्रमाणात गव्हाची शेती होऊ लागली होती. वर्षातले सहा महिने हाडं गोठवणारी थंडी, वन्य श्वापदं आणि मूळच्या रेड इंडियन्सच्या जमाती या सर्व अडचणींचा मोठ्या धैर्यानं सामना करत ही युरोपियन कुटुंबं या भागांत टिकून राहिली. याचं हृदयस्पर्शी चित्रण लॉरा इंगेल्स वायल्डर यांच्या १९३५ सालच्या 'लिटिल हाउस ऑन द प्रेयरी' या पुस्तकात वाचल्याचं आठवलं. अमेरिकेत हे पुस्तक ऑल टाईम्स चिल्ड्रन क्लासिक म्हणून ओळखलं जातं. यात वायल्डर कुटुंबातल्या मुलामुलींच्या दृष्टीकोनातून तत्कालीन खडतर जीवनाचं अत्यंत प्रभावी चित्रण आढळतं. या पुस्तकावर आधारित याच नावाची टीव्ही मालिकाही

खूप लोकप्रिय होती आणि आजही ती दाखविली जाते. कठोर परिश्रम आणि उद्यमशीलता यांच्या जोरावर या युरोपियनांनी मिसिसिपी काठी गव्हाच्या पिठाच्या प्रचंड गिरण्या उभ्या केल्या. यापैकी पहिल्यावहिल्या वॉशबर्न फ्लावर मिलचे आजही शिल्लक असलेले अवशेष म्युझियमच्या तळघरात पाहायला मिळाले. केवळ यांत्रिक उर्जेवर चालणाऱ्या मशीनच्या साहाय्यानं त्या काळात पीठ कसं दळलं जायचं याचं प्रात्यक्षिकही पाहायला मिळालं. मिलच्या भरभराटीच्या काळात दररोज २० लाख पौंड गव्हाचं पीठ तयार होत असे. यावरून त्याच्या भव्यतेची कल्पना यावी. त्यामुळे लवकरच मिनियापोलीस या शहराची 'फ्लोअर मिलिंग कॅपिटल ऑफ द वर्ल्ड' अशी प्रसिद्धी झाली. संपूर्ण अमेरिकेतच नाही तर युरोपियन देशांनाही इथलं पीठ निर्यात होऊ लागलं.

एवढ्या उत्तम प्रतीचं पीठ पुरवणारी कंपनी बेकिंग विषयीसुद्धा मार्गदर्शन करू शकते, असंच त्या काळातल्या स्त्रियांना वाटलं असावं. दररोज हजारो प्रश्नांचा कंपनीवर भडिमार होऊ लागला. आपल्या पिठाची जाहिरात करायची ही अनायासे चालून आलेली संधी आहे, असंच वॉशबर्न कॉस्बो कंपनीला वाटले. त्यामुळे या प्रश्नांची उत्तरं देण्यासाठी कंपनीनं एक नामी युक्ती शोधली. ही उत्तरं देण्यासाठी एखाद्या स्त्रीची प्रतिमा असावी असं सर्वानुमते ठरलं. यासाठी कंपनीचे नामवंत रिटायर्ड डायरेक्टर विलयम क्रोकर याचं शेवटचं नाव घेण्यात आलं. पहिलं नाव 'बेट्टी' हे अमेरिकेत सर्वांना आपलंसं वाटणारं सुपरिचित नाव निवडण्यात आलं. 'बेट्टी क्रोकर'कडून प्रेक्षकांच्या प्रश्नांची उत्तर पाठवली जाऊ लागली. कंपनीतल्याच एका स्त्रीची सही यासाठी निवडली गेली. हा उपक्रम एवढा लोकप्रिय झाला की. १९३४ साली 'बेट्टी क्रोकर स्कूल ऑन द एअर' असा कार्यक्रम रेडिओवरून प्रसारित होऊ लागला. अमेरिकेतील वेगवेगळ्या रेडिओ स्टेशनसाठी तेरा स्त्रियांनी आवाज दिला. बेकिंग रेसिपीजसाठी 'बेट्टी क्रोकर' हे जणू अमेरिकन स्त्रियांचं दैवतच बनलं! आता रेडिओवरून तिचा नुसता आवाज ऐकून स्त्रियांचं समाधान होणार नव्हतं. त्यांना बेट्टी कशी दिसते हे जाणून घ्यायची विलक्षण उत्सुकता होती. तो जमाना टीव्हीच्याही आधीचा होता. शेवटी १९३६ मध्ये बेट्टीला चेहरा द्यायचं त्यांनी ठरवलं. त्या आधीची मूळची वॉशबर्न क्रास्बी ही कंपनी दुसऱ्या मोठ्या जनरल मिल्स कंपनीत समाविष्ट झालेली होती. या कंपनीत अनेक स्त्रिया काम करत होत्या. त्यातल्या काही निवडक स्त्रियांच्या चेहरेपट्टीवरून एका चित्रकारानं बेट्टीचं चित्र तयार केलं आणि सर्वप्रथम सॉफ्टासिल्क केक फ्लोअर हे उत्पादन तिच्या चित्रासह बाजारात आलं. त्यानंतर सूप मिक्स, केक मिक्स, पॅनकेक मिक्स अशी उत्पादनं विराजमान झाली आणि तेव्हापासून आजपर्यंत त्यांची लोकप्रियता टिकून आहे.

आज ती भारतातही उपलब्ध आहेत. 'झाले बहु, होतील बहु, परंतु या सम हा' असंच बेट्टी क्रोकर ब्रँडसाठी म्हटल्यास अतिशयोक्ती वाटू नये. या नावाला आणि

पर्यायानं त्या व्यक्तीला एवढं प्रसिद्धीचं वलय प्राप्त झालं की, बेट्टी ही एक खरीखुरी स्त्री आहे, अशीच सर्वांना खात्री वाटू लागली. एवढंच नाही, तर अमेरिकेतली 'पहिली यशस्वी स्त्री उद्योजिका' अशी लोकमान्यताही तिला मिळाली. बेट्टी क्रोकर या काल्पनिक स्त्रीला प्रतिमा निर्मितीमुळे (ब्रँड क्रिएशन) अमाप प्रसिद्धी मिळाली, हे जाहिरात क्षेतातलं एक मिरॅकलच म्हणावं लागेल. यामुळेच १९४५ साली जगप्रसिद्ध फॉर्च्युन मासिकानं घेतलेल्या एका सर्वेक्षणात बेट्टी क्रोकर अमेरिकेतली दुसऱ्या क्रमांकाची सर्वात लोकप्रिय स्त्री ठरली. पहिल्या क्रमांकावर होत्या त्यावेळचे प्रसिडेंट फ्रँकलीन रुझवेल्ट यांच्या पत्नी श्रीमती एलेनॉर रुझवेल्ट. दुसऱ्या महायुद्धाच्या काळात त्यांनी जगभरातल्या युद्धग्रस्त देशात प्रचंड मदतकार्य केलं होतं. समाजकार्यातील बहुमोल कामगिरीमुळे त्यांची अफाट लोकप्रियता होती. या पार्श्वभूमीवर बेट्टीच्या लोकप्रियतेचं महत्त्व अधिकच अधोरेखित होतं, असं मला वाटतं.

आज म्युझियमच्या शेजारीच जनरल मिल्सच्या गिरण्या उभ्या आहेत. तिथं गोल्ड मेडल आणि पिल्सबरी अशा दोन ब्रँडचं उत्तमप्रतीचं पीठ तयार होतं. 'पिल्सबरी चक्की ब्रॅण्ड आटा' हा खास भारतासाठी बनवलेला ब्रँड आहे, अशी म्युझियममधली सचित्र जाहिरात पाहून गंमत वाटली. अशा नाना मजेदार गोष्टी पाहून या अलिबाबाच्या गुहेतून बाहेर पडल्यानंतरही बेट्टीपुराणाचं गारूड मात्र मनावर कायम होतं!

(पूर्वप्रसिद्धी - साहित्यप्रेमी दिवाळी अंक, २०१४)

●●●

'नॅशनल ह्युमॅनिटीज मेडल'ची विजेती भारतीय वंशाची लेखिका - झुम्पा लाहिरी

झुम्पा लाहिरी ही आजची आघाडीची इंग्रजीतील लेखिका आहे. कथालेखनाने तिने आपल्या साहित्यप्रवासाची सुरुवात केली. तिची पहिली कथा अमेरिकेतल्या 'न्यूयॉर्कर' या प्रतिष्ठित मानल्या जाणाच्या साप्ताहिकाने छापली. गेली ८० वर्षे दर्जेदार साहित्य प्रसिद्ध करणारे साप्ताहिक अशी याची ख्याती आहे. त्यामुळे साहजिकच झुम्पाच्या पहिल्याच कथेने वाचकांचे लक्ष वेधले. त्यानंतरही तिच्या कथा 'न्यूयॉर्कर' मध्ये प्रसिद्ध झाल्या आणि तिचा लेखनप्रवास सुरू झाला. 'इंटरप्रीटर ऑफ मॅलाडिज' या पहिल्याच कथासंग्रहाने तिला अमाप यश आणि प्रसिद्धी मिळाली. या पुस्तकासाठी तिला २००० सालचा अमेरिकेतला अत्यंत मानाचा 'पुलित्झर' पुरस्कार मिळाला. पदार्पणातील साहित्यकृतीसाठी एवढा मोठा बहुमान मिळाल्याची उदाहरणं क्वचितच असतील. याचीच पोचपावती म्हणून पदार्पणातल्या उत्तम साहित्यकृतीसाठी झुम्पाला पेन/हेमिंग्वे पुरस्कार मिळाला आणि लघुकथा लेखनासाठीचा ओ हेन्री पुरस्कारही बहाल करण्यात आला.

पत्रकारिता, साहित्यकृती आणि संगीत-रचना या क्षेत्रांतल्या उत्कृष्ट कामगिरीबद्दल दरवर्षी पुलित्झर पुरस्कार दिला जातो. जोसेफ पुलित्झर या हंगेरियन-अमेरिकन पत्रकाराच्या स्मरणार्थ कोलंबिया विद्यापीठातर्फे १९१७ पासून हा पुरस्कार दिला जात आहे. जगभरातले अनेक नामवंत साहित्यिक, पत्रकार आणि संगीततज्ज्ञ या पुरस्काराचे मानकरी आहेत. 'इंटरप्रीटर ऑफ मालाडिज'मधल्या बहुतेक कथा ६०-७०च्या दशकात बंगालमधून अमेरिकेत स्थलांतरित झालेल्या कुटुंबांविषयी आहेत. वेगळ्या देशात स्थिरस्थावर होताना तेथील भाषा, संस्कृती आणि जीवनशैली यांच्याशी तडजोड करताना त्यांची होणारी ओढाताण, कुचंबणा आणि अपेक्षाभंग हे सारे तिने स्वतः अनुभवले आणि पाहिले होते.

त्यामुळे यातल्या व्यक्तिरेखा अगदी जिवंत आणि हृदयस्पर्शी वाटतात. 'द थर्ड अँड फायनल कॉन्टिनेन्ट' या कथेतील मुख्य व्यक्तिरेखा तर तिच्या वडिलांशी हुबेहूब जुळणारी आहे. झुम्पाच्या आईला आपल्या बंगाली सांस्कृतिक वारशाबद्दल विशेष अभिमान होता. या संस्कृतीशी संपर्क राहावा यासाठी दरवर्षी लाहिरी कुटुंब झुम्पासह कोलकात्याला भेट देत असे. त्यामुळे झुम्पाचा मात्र खूप फायदा झाला. त्या काळातल्या मध्यमवर्गीय सुशिक्षित बंगाली समाजाचा जवळून परिचय झाला. निरनिराळ्या व्यक्तींचे स्वभावविशेष तिच्या संवेदनशील मनाने अचूक टिपले आणि तिच्यातल्या प्रतिभावंत लेखकाने त्यांना आपल्या कथा-कादंबऱ्यांत नेमके स्थान दिले.

११ जुलै १९६७ रोजी झुम्पाचा लंडनमध्ये जन्म झाला. दोन वर्षांची असताना ती आई-वडिलांबरोबर अमेरिकेत आली. तिच्या वडिलांना अमेरिकेतल्या पूर्व किनाऱ्यावरील ऱ्होड आयलंड विद्यापीठात लायब्ररीयनची नोकरी मिळाली होती. किंग्जस्टन या छोट्याशा गावी ते राहात होते. तिथल्या के.जी.च्या शिक्षिकेला झुम्पाचे शाळेतले 'निलांजना सुदेष्णा' हे लांबलचक नाव उच्चारणे कठीण वाटू लागले. त्यामुळे ती शिक्षिका 'झुम्पा' या तिच्या घरच्या टोपणनावाने संबोधू लागली. शाळेत तेच नाव रूढ झाले आणि झुम्पानेही हेच सुटसुटीत नाव स्वीकारले. हायस्कूलपासूनच तिचा ओढा इंग्रजी साहित्याकडे होता. वाचनाची तर तिला प्रचंड आवड होती. साहजिकच बॉस्टन विद्यापीठाच्या बर्नार्ड कॉलेजमधून इंग्रजी हा मुख्य विषय घेऊन तिने बी.ए.ची पदवी संपादन केली. त्यानंतर तिने एकापाठोपाठ एक अशा पदव्या मिळविण्याचा सपाटाच सुरू केला. इंग्रजी साहित्यात एम.ए. आणि क्रिएटिव्ह रायटिंग या विषयात एम.एफ.ए या पदव्या मिळविल्या. कम्पॅरेटिव्ह लिटरेचरमध्ये दुसरी एम.ए.ची पदवी मिळवली. शेवटी पीएच.डी.साठी 'रेनेसाँ स्टडीज' हा विषय तिने निवडला. यासाठी तिला दोन वर्षांची फेलोशिप मिळाली. यापैकी एक वर्षभर रेनेसाँ काळातल्या रोमन स्थापत्यकलेचा अभ्यास करण्यासाठी ती रोम या शहरात राहिली. या काळात तिला इटालियन भाषा खूप आवडू लागली. त्या भाषेची तिच्या मनावरची मोहिनी एवढी जबरदस्त होती की, अलीकडच्या काळात तिने चक्क आपल्या कुटुंबीयांसह दोन वर्षे रोममध्ये वास्तव्य केले. इटालियन भाषा आत्मसात केली आणि त्या भाषेत तिने पहिले कथाबाह्य पुस्तक 'इन अदर वर्ड्स' हे इटालियन भाषेत लिहून टाकलं. निरनिराळ्या भाषा आणि संस्कृती याबद्दल झुम्पाला नेहमीच आकर्षण होते असे दिसते. यातूनच तिच्या अनेक कथांची बीजं तिला मिळाली असावीत. विशेषत: बंगाली संस्कृतीच्या पार्श्वभूमीवरच्या कथा लिहिताना तिच्या प्रतिभेला सहस्र धुमारे फुटले नसतील तरच नवल! पीएच.डी.नंतर ऱ्होड आयलंड स्कूल ऑफ डिझाईनमध्ये तिने क्रिएटिव्ह रायटिंग या विषयाचे अध्यापन केले. दरम्यान २००१ साली तिने अल्बर्टो बुश या प्रसिद्ध पत्रकाराशी विवाह केला. यथावकाश अक्टाव्हियो आणि नूर या दोन मुलांची ती आई झाली. सध्या २०१५ पासून सुप्रसिद्ध प्रिन्स्टन युनिव्हर्सिटीत ती

प्रोफेसर आहे.

२००३ साली झुम्पाची पहिली कादंबरी 'नेमसेक' प्रकाशित झाली. तब्बल ३० वर्षांच्या कालावधीत घडलेली ही गांगुली कुटुंबाची कहाणी आहे. झुम्पाच्या आई-वडिलांप्रमाणेच हे गांगुली कुटुंब कोलकात्याहून अमेरिकेतल्या बॉस्टन शहरी स्थलांतरित झालेले असते. त्यांच्या गोगोल आणि सोनिया या मुलांना वाढत्या वयात भारतीय मूल्ये आणि अमेरिकन जीवनशैली या संदर्भात सतत संघर्ष करावा लागतो. झुम्पाने या संघर्षाचे पदर अत्यंत संवेदनाक्षम शैलीत उलगडले आहेत आणि हेच तिच्या लेखनाचे वैशिष्ट्य आहे. नेमसेक या कादंबरीतल्या व्यक्तिरेखा इतक्या सशक्त, सजीव आणि वास्तवाशी प्रामाणिक आहेत की, या कादंबरीवर आधारित याच नावाचा सिनेमा करण्याचा मोह हॉलीवूडमधल्या भारतीय वंशाच्या प्रसिद्ध दिग्दर्शिकेला- मीरा नायरला आवरता आला नाही. २००७ मध्ये 'नेमसेक' हा सिनेमा प्रदर्शित झाला आणि जगभर त्याची प्रशंसा झाली. अवघ्या चाळीसाव्या वर्षी झुम्पाला जागतिक स्तरावर अमाप प्रसिद्धी मिळाली. पाठोपाठ तिचा दुसरा कथासंग्रह 'अनअकस्टम्ड अर्थ' प्रकाशित झाला. याही पुस्तकाने न्यू यॉर्क टाईम्सच्या बेस्ट सेलर फिक्शन यादीमध्ये मानाचा पहिला क्रमांक पटकावला. एवढेच नाही तर २००८चा फ्रँक ओकॉनर इंटरनॅशनल शॉर्ट स्टोरी अवॉर्ड मिळवला. न्यू यॉर्क टाईम्स, टाईम आणि आऊटलूक या प्रतिष्ठित वृत्तपत्र आणि साप्ताहिकांनी या पुस्तकाला बुक ऑफ द इयरचा सन्मान दिला. याच सुमारास तिच्या या तीनही उत्तम साहित्यकृतींची दखल घेत पेन अमेरिकन सेंटर या नामवंत साहित्यसंस्थेची उपाध्यक्ष म्हणून तिची नेमणूक झाली होती.

२०१० साली तिच्या यशाची पताका अमेरिकेच्या व्हाईट हाऊसमध्ये झळकली. प्रेसिडेंट बराक ओबामा यांनी अमेरिकन आर्ट्‌स अँड ह्युमॅनिटिज या उच्चस्तरीय कमिटीवर तिची नेमणूक केली. तिच्यासह संपूर्ण अमेरिकेतले पाच श्रेष्ठ साहित्यिक आणि कलावंत या कमिटीवर होते. यावरून झुम्पाच्या असामान्य लोकप्रियतेची कल्पना येते. २०१३ मध्ये प्रकाशित झालेल्या 'द लो लँड' या झुम्पाच्या कादंबरीने यशाचे आणखी एक शिखर गाठले. मॅन बुकर प्राईजसाठी तिने प्राथमिक फेरीत, तर नॅशनल बुक अवॉर्ड फॉर फिक्शन या स्पर्धेत अंतिम फेरीत धडक मारली होती. तोपर्यंत खुद्द प्रेसिडेंट ओबामा आणि हिलरी क्लिंटन हे दोघेही झुम्पाच्या साहित्याच्या चाहत्यांच्या यादीत सामील झाले होते. ओबामांना वाचनाची प्रचंड आवड आहे. ते स्वतः उत्तम लेखक आहेत. त्यांनी आपल्या उन्हाळ्याच्या सुटीतल्या वाचनासाठी निवडलेल्या पुस्तकांत 'द लो लँड'चा समावेश होता. झुम्पाला २०१४ मध्ये नॅशनल ह्युमॅनिटिज मेडल हा सर्वोच्च मानाचा पुरस्कार बहाल करण्यात आला. व्हाइट हाऊसमध्ये झालेल्या दिमाखदार सोहळ्यात प्रेसिडेंट ओबामा यांच्या हस्ते झुम्पाने हा सन्मान स्वीकारला. सर्व भारतीयांच्या दृष्टीने हा एक अभिमानाचा क्षण होता यात शंका नाही. या कार्यक्रमानंतर प्रेसला दिलेल्या मुलाखतीत तिने म्हटले होते द लो लँड वाचताना

प्रे. ओबामांनाही बहुधा त्यांच्या जीवनातले द्वंद्व जाणवले असेल. कारण त्यांचे वडील आफ्रिकेतल्या केनियाचे आहेत, तर आई गोरी अमेरिकन. इतर अनेक परदेशी व्यक्तींप्रमाणे त्यांचेही व्यक्तिमत्त्व दोन्ही संस्कृतींचा वारसा लाभल्यामुळे समृद्ध झाले आहे. त्याबरोबर येणारे ताणतणाव इतरांप्रमाणे त्यांनाही जाणवत असतीलच. त्यामुळेच ओबामांना 'द लो लँड' विशेष भावले असेल!"

असे आहे तरी काय या पुस्तकात ?

या दुसऱ्या कादंबरीसाठी झुम्पाने तिच्या आधीच्या तीनही पुस्तकांहून वेगळा विषय निवडला आहे. भारतातल्या नक्षलवादी चळवळीच्या पार्श्वभूमीवर लिहिलेली ही कादंबरी आहे. १९६७ मध्ये प्रथमच ऑल इंडिया रेडिओ या पश्चिम बंगालच्या वृत्तपत्रातून 'नक्षलबारी' विषयी बातम्या येऊ लागल्या होत्या. दार्जिलिंग जिल्ह्यातल्या हिमालयाच्या पायथ्याशी वसलेले हे छोटे गाव. इथले बहुसंख्य आदिवासी शेतकरी तिथल्या चहाच्या मळ्यात काम करत. अनेक पिढ्यांपासून ते चहाच्या मळ्यांच्या मालकांचे गुलाम होते. त्यांना कसलाच आवाज आणि अधिकार नव्हता. शेवटी मालकांची दडपशाही असह्य झाल्यामुळे काही तरुण मजुरांनी या जुलूमशाहीविरुद्ध बंड पुकारले. चारू मुजुमदार आणि कनू सान्याल या दोन सुशिक्षित बंगाली कम्युनिस्टांनी या चळवळीचे नेतृत्व स्वीकारले आणि 'नक्षलवादी' संघटना अस्तित्वात आली. या संघटनेने त्या काळच्या कोलकात्यातील सुशिक्षित तरुण-तरुणींचे भावविश्व व्यापून टाकले होते. दुसरीकडे कम्युनिस्ट पक्षाचा जनसामान्यांवर वाढता प्रभाव होता. सुशिक्षित तरुणांना मात्र नक्षलवादी चळवळीचे विलक्षण आकर्षण होते. क्रांतीच्या ओढीने ही पिढी झपाटलेली होती; परंतु स्वातंत्र्याच्या चळवळीप्रमाणे हा मार्ग सत्य-अहिंसेचा नव्हता, तर रक्तरंजित सशस्त्र क्रांतीचा होता. या कादंबरीत अत्यंत घट्ट नातं असलेल्या दोन भावांमधला वैचारिक संघर्ष आहे. अतिशय भिन्न सामाजिक पार्श्वभूमी असूनही केवळ वैचारिक समानतेमुळे एकत्र आलेल्या दोन प्रेमी जिवांचा भावनिक संघर्ष आहे. नियतीच्या एका फटक्याने ही दोन्ही नाती उद्ध्वस्त झाल्यानंतर मागे राहिलेल्यांच्या जीवनप्रवासाची विदारक कहाणी आहे. कोलकात्ता ते अमेरिकेतील ऱ्होड आयलंड असे नक्षलवादापासून अमेरिकेतील विद्यापीठीय शिक्षणापर्यंत विविध तपशील या कादंबरीत येतात. स्थळ, काळ आणि परिस्थिती यांचा एक मोठा कॅनव्हास झुम्पाने निवडला आहे आणि त्यावर कादंबरीतल्या पात्रांची चित्तरकथा रेखाटली आहे.

कोलकात्त्याच्या लोलँड या ठिकाणाहून कादंबरीची सुरुवात होते. शहराच्या नैऋत्य भागात एके काळी गंगा नदीची उपनदी आदिगंगा अस्तित्वात होती. तिच्या काठावर ब्रिटिशांचा भव्य 'टॉली क्लब' उभा होता. स्वातंत्र्यपूर्व काळात ब्रिटिशांचे ते मनोरंजनाचे मुख्य ठिकाण होते. स्वातंत्र्यानंतरही ब्रिटिशांचा हक्क कायम होता. पण आता त्याच्या

भव्य तटबंदीबाहेर बांगलादेशातून येणाऱ्या हिंदू निर्वासितांची झोपडपट्टी पसरलेली होती. क्लबपासून उतारावरच्या सखल भागातल्या दोन तलावांभोवती ही वस्ती विखुरलेली होती. त्यामुळे हा सारा परिसर 'लोलँड' नावाने परिचित होता. स्वातंत्र्यापूर्वी या भागात मध्यमवर्गीय नोकरदारांची वस्ती होती. त्यापैकी निम्न मध्यमवर्गीय तेवढे या भागात टिकून होते. त्यापैकी एक होतं 'मित्रा' कुटुंब. वडील इंडियन रेल्वेच्या ऑफिसात कारकून, तर आई शिवणकाम-भरतकाम करून नवऱ्याच्या तुटपुंज्या कमाईत मोलाची भर टाकणारी गृहिणी. सुभाष आणि उदयन ही दोन चुणचुणीत आणि हुशार मुले हीच त्यांची खरी संपत्ती. बंगाली माध्यमातून हायस्कूलचे शिक्षण झाल्यानंतर आपल्या बुद्धिमत्तेच्या जोरावर ती कॉलेजात प्रवेश मिळवितात. अंडरग्रज्युएट कॉलेजात उत्तम यश मिळविल्यानंतर मोठा सुभाष पदव्युत्तर शिक्षणाला प्रारंभ करतो, तर सुभाषच्या आग्रही विरोधाला न जुमानता, तोपर्यंत कोलकात्त्याच्या परिसरात झपाट्याने पसरलेल्या नक्षलवादी चळवळीत छोटा भाऊ उदयन सामील होतो. सुभाष नेहमीच शांत प्रवृत्तीचा सरळमार्गी तरुण असतो. अत्यंत कठीण परिस्थितीत चिकाटीने एम.एस.सी.ची पदवी मिळवितो आणि अमेरिकेतली ऱ्होड्स स्कॉलरशिप मिळवून पीएच.डी.साठी तो अमेरिकेला रवाना होतो. येथूनच जुळ्या भावाप्रमाणे वाढलेल्या या दोघांचे मार्ग वेगळे होतात आणि एका विस्तीर्ण कालपटावर या दोन नायकांची कथा उलगडत जाते.

कोलकत्ता विद्यापीठात शिकताना नक्षलवादी चळवळीत मानष नावाच्या तरुणाशी उदयनची घनिष्ठ मैत्री होते. त्याची बहीण गौरी प्रेसिडेन्सी कॉलेजात फिलॉसॉफीची विद्यार्थिनी असते. ते दोघे मध्य कोलकात्त्याच्या उच्च मध्यमवर्गीय सुसंस्कृत वातावरणात वाढलेली असतात. त्यांच्या आणि उदयनच्या जीवनशैलीत जमीन-अस्मानाचा फरक असतो; परंतु त्या धुमसत्या क्रांतिपर्वात सर्व सुशिक्षित तरुण-तरुणी एकाच उद्देशाने झपाटलेले असतात. परिणामी गौरी उदयनच्या प्रेमात पडते. ते दोघे रजिस्टर पद्धतीने विवाह करतात. उदयनच्या आई-वडिलांचा प्रचंड अपेक्षाभंग होतो. आई तर सुनेचा स्वीकार करायचेही नाकारते. तरीही गौरी लो लँडमध्ये उदयनबरोबर राहायला येते. त्यांच्या खोलीत त्या दोघांचे वेगळे विश्व असते. उदयन नक्षलवादी चळवळीत जास्त जास्त गुंतत जातो. मोलोटोव्ह बाँब्स तयार करण्यातही तो सामील होतो. परिणाम व्हायचा तोच होतो. एका बाँबस्फोटप्रकरणी त्याला पकडण्याचे वॉरंट निघते. आई-वडील आणि गौरी यांच्या डोळ्यांदेखत लो लँडच्या तलावात लपून बसलेल्या उदयनला बाहेर खेचून पोलीस त्याचा एनकौऊंटर करतात. आई-वडिलांना प्रचंड धक्का बसतो. गौरीचं जीवन उद्ध्वस्त होतं! येथून द लो लँडच्या दुसऱ्या पर्वाची सुरुवात होते.

उदयनच्या मृत्यूची बातमी समजताच सुभाष भारतात येतो. एकवीस वर्षांच्या कोवळ्या गौरीचे धवलवस्त्र लपेटलेले पहिले दर्शन त्याला भावाच्या मृत्यूपेक्षा जास्त व्याकूळ करून

जाते. याचाच परिणाम म्हणून महिनाभराच्या वास्तव्याच्या शेवटी तो एक महत्त्वाचा निर्णय घेतो. गौरीशी पुनर्विवाह करून तिला कायमचे अमेरिकेला न्यायचे ठरवतो. गौरीसाठी हा वज्राघात असतो आणि आई-वडिलांसाठी दुसरा धक्का. विचारांती गौरीला जाणवतं की प्राप्त परिस्थितीत सुभाषचा निर्णय स्वीकारण्याखेरीज सुटकेचा तिच्यापाशी दुसरा पर्याय नाही. सुभाष गौरीशी रजिस्टर पद्धतीने विवाह करतो आणि तिच्यासह ऱ्होड आयलंडला परततो. तो गौरीला आश्वासन देतो की तिच्यावर नवरेशाही गाजविण्याचा त्याचा विचार नाही; परंतु उदयनच्या अपत्याचे पितृत्व आणि त्या दोघांना सांभाळण्याची त्याची कायम जबाबदारी असेल. सुभाष तिची सर्वतोपरी काळजी घेत असतो. परंतु प्रियकर आणि पती म्हणून तिच्या मनात कोरली गेलेली उदयनची प्रतिमा कायम असते. कालांतराने गौरी एका गोड मुलीला जन्म देते. मुलीच्या नामकरणाचा अधिकार मात्र सुभाषला द्यावा असे गौरीला मनापासून वाटते. त्या दिवसापासून बेला त्यांच्या आयुष्याचा अविभाज्य भाग बनते. सुभाष तिच्यावर आपली सारी माया, प्रेम उधळतो. गौरी केवळ कर्तव्य म्हणून त्याच्या पत्नीची भूमिका कधीमधी निभावून नेत असली, तरी ती मनापासून कधीच त्याची होऊ शकली नाही ही सुभाषची खंत हळूहळू कमी होत जाते. बेला तीन वर्षांची झाल्यानंतर प्रीस्कूलला जाऊ लागते तेव्हा गौरी आपला फिलॉसॉफीचा अभ्यास पुन्हा सुरू करायचे ठरवते. मधल्या दोन-तीन वर्षांच्या कालावधीत ती युनिव्हर्सिटीच्या लायब्ररीत नेहमी जात असते. तेव्हाच तिचा पुन्हा शिक्षण घेण्याचा विचार पक्का झालेला असतो. युनिव्हर्सिटीत काही कोर्सेस घेतल्यानंतर दिवस न् दिवस ती लायब्ररीत घालवू लागते. उपजतच असलेल्या प्रखर बुद्धिमत्तेच्या जोरावर तिला उत्तम यश मिळत जाते. तिची फिलॉसॉफीच्या संदर्भातील ॲनालिटिकल डिस्कशन्स तिच्या प्रोफेसर्सनाही आश्चर्यचकित करणारी असतात. त्यापैकी एक प्रोफेसर गौरीला बॉस्टन युनिव्हर्सिटीची फेलोशीप मिळवून देतात. त्यासाठी तिला दररोज ४-५ तास ड्राईव्ह करून बॉस्टनला जावे लागते. या सर्व गोष्टी ठरल्यानंतर त्याची फक्त सूचना ती सुभाषला देत असते. त्याच्याशी चर्चा करून त्याचा विचार घेण्याची तिला कधीच आवश्यकता वाटलेली नसते. साहजिकच बेला शाळेव्यतिरिक्तचा सारा दिवस सुभाषच्या सहवासात घालवू लागते. सुभाष म्हणजे तिचा बाबा हेच छोट्या बेलाचे सर्वस्व असते. हळूहळू बेला तिच्या आईपासून दुरावत जाते. गौरीला त्याची जाणीवही होत नाही. ती तिच्या नव्या विश्वात आकंठ बुडालेली असते. या काळातल्या सुभाष, गौरी आणि बेला यांच्यातल्या परस्पर नातेसंबंधांचे चित्रण झुम्पाने अत्यंत संवेदनशील शैलीत केले आहे. तिघांच्याही मनातला आक्रोश आपापल्या परिघात बंदिस्त असतो. तो इतरांवर कधी आक्रमण करताना दिसत नाही.

बेला बारा वर्षांची असताना भारतात सुभाषच्या वडिलांचा मृत्यू होतो. तिच्या पीएच. डी.च्या कामामुळे गौरी भारतात जायला नकार देते. सुभाष बेलासह महिन्यासाठी भारतात

येतो. परतल्यानंतर एक अकल्पित घटना त्यांची वाट पाहत असते. फक्त एक चिठ्ठी ठेवून आणि आवश्यक तेवढे सामान घेऊन गौरी कॅलिफोर्नियाला निघून गेलेली असते. तिथे तिला नवी नोकरी मिळालेली असते. स्वतःच्या मुलीचा आणि सुभाषचा प्रत्यक्ष निरोप घेण्याचे धाडस ती करू शकत नाही. सातव्या ग्रेडमधल्या टीनएजर बेलाचे मन आकांत करते. दुःखापेक्षा तिला आईचा प्रचंड राग येतो. अशा वेळी सुभाषचे प्रेम आणि आधारही अपुरा पडतो. तिची इतिहासाची शिक्षिका तिला समजून घेते आणि तिला भावनिक आधार देते. जणू तिची ती 'आई'च बनते. पुढे याच शिक्षिकेशी सुभाष विवाह करतो.

बेला उत्तम शिक्षण घेऊन पदवीधर होते. अमेरिकेतल्या पद्धतीनुसार अनेक तरुणांबरोबर डेटिंगही करत असते; परंतु, मनातून ती इतकी उद्ध्वस्त झालेली असते की, कायमस्वरूपी नोकरी घेऊन कोणा योग्य तरुणाशी विवाह करायची तिची तयारी नसते. ती अनेक ठिकाणी भटकत राहते. विवाहबाह्य संबंधातून एका मुलीला जन्मही देते. तिचे नाव मेघना. सुभाष आणि त्याची अमेरिकन पत्नी मेघनाचा सहर्ष स्वीकार करतात. सुभाष गौरीला ही बातमी कळवतो. ती मेघनाला भेटायची इच्छा प्रदर्शित करते. पण बेला साफ नकार देते. मेघना थोडी मोठी झाल्यावर गौरीविषयी चौकशी करत राहते. तेव्हा कधीतरी गौरीच्या भेटीसाठी नेण्याचे आश्वासन बेला मेघनाला देते. इकडे गौरी आपल्या पूर्वस्मृतींना शेवटचा उजाळा देण्यासाठी कोलकात्त्याला येते. 'मित्रा' कुटुंबाच्या जुन्या घरात अजूनही उदयनची वृद्ध आई राहत असते. पूर्वीचे हेवेदावे काळाच्या प्रवाहात वाहून गेलेले असतात. घराच्या गच्चीवरून लो लॅंडच्या तलावाकडे पाहताना गौरीच्या डोळ्यांसमोर उदयनच्या एन्काउंटरचे दृश्य साकार होते. त्याच ठिकाणी गौरीचे खरे जीवन संपलेले असते याची तिला प्रकर्षाने जाणीव होते. एका कालचक्राचे वर्तुळ पूर्ण होते. या वर्तुळात फिरणाऱ्या पात्रांची- उदयन, सुभाष, गौरी, बेला आणि मेघना यांची व्यक्तिरेखाटने अत्यंत प्रभावी आणि मनाला चटका लावणारी आहेत. लोलॅंडमधील नक्षलवादी क्रांतीपासून सुरुवात होऊन नंतर पाश्चात्य संस्कृतीत रुजण्यापर्यंतचा त्यांचा जीवनप्रवास थक्क करणारा आहे. झुम्पा लाहिरीने हे अवघड शिवधनुष्य लीलया पेलले आहे.

अगदी अलीकडच्या काळात झुम्पाने एक अभिनव प्रयोग केला आहे. तिला इटालियन भाषा तिच्या कॉलेज जीवनातल्या रोम भेटीपासून आवडत होती. ती भाषा शिकण्यासाठी तिने आपल्या कुटुंबीयांसह दोन वर्ष रोमला राहायचे ठरवले. तिथल्या वास्तव्यातल्या अनुभवाविषयी आणि इटालियन भाषा शिकण्याच्या आगळ्यावेगळ्या प्रयोगाबद्दल तिने 'इन अदर वर्ड्‌स' हे पुस्तक इटालियन भाषेत लिहूनही टाकले. पुन्हा एकदा नव्या ठिकाणी रुजण्याचा, तिथे वास्तव्य करून जगण्याचा आणि सर्वांत महत्त्वाचे म्हणजे तिथल्या भाषेशी दोस्ती करण्याचा हा प्रवास आहे. १९९९ ते २०१५ या १६ वर्षांच्या साहित्यप्रवासात झुम्पाने दोन कथासंग्रह, दोन कादंबऱ्या आणि एक कथाबाह्य पुस्तक अशी फक्त पाच पुस्तके

लिहिली आहेत. या ग्रंथसंपदेच्या आधारावर तिला अनेक पुरस्कार मिळाले आणि इंग्रजी साहित्यविश्वात मानाचे स्थान मिळाले. यावरून तिच्या साहित्यकृतींची उच्च गुणवत्ता सिद्ध होते. भविष्यात तिच्याकडून अशाच उत्तमोत्तम साहित्यकृतींची निर्मिती होईल आणि तिला 'नोबेल' पुरस्कारापर्यंत पोहोचवेल अशी आशा करू या आणि भारतीय वंशाच्या या लेखिकेला अभिमानाने सलाम करू या!

(पूर्वप्रसिद्धी - साहित्यप्रेमी दिवाळी अंक २०१६)

●●●

स्त्री शक्तीची पुढील वाटचाल

स्त्री शक्तीच्या पुढच्या वाटचालीचा वेध घ्यायचा असेल, तर त्यासाठी पायाभूत ठरणारा तिचा वर्तमानकाळ तपासून पाहावा लागेल. एवढेच नाही तर, थोडेसे भूतकाळात डोकावून या संदर्भातले महत्त्वाचे धागेदोरेही शोधावे लागतील.

हजारो वर्षांपूर्वी वेदकाळात गार्गी-मैत्रेयीसारख्या विद्वान स्त्रिया पुरुषांच्या बरोबरीने वादविवाद सभेत भाग घेत होत्या आणि त्यांना शिक्षणाबरोबरच समाजात समान दर्जा होता, असं आपला प्राचीन इतिहास सांगतो. परंतु रामायण-महाभारत काळापर्यंत स्त्रीनं स्वातंत्र्य गमावल्याचं चित्र स्पष्ट होतं. अनेक सामाजिक बंधनात ती अडकलेली दिसते. सीता, कुंती, द्रौपदी अशा तेजस्वी, बुद्धिमान आणि उच्चकुलीन स्त्रियांची जर अशी दयनीय अवस्था झाली होती, तर समाजातल्या निम्न थरातल्या स्त्रियांच्या जीवनाची कल्पनाच केलेली बरी! पुढच्या हजारो वर्षांच्या परकीय आक्रमणाच्या कालखंडात स्त्रीचं परावलंबित्व वाढतच गेलं आणि परकीयांपासून तिचं रक्षण करण्याच्या निमित्तानं राजकारण आणि धर्मकारणाशी हातमिळवणी करून पुरुषप्रधान समाजव्यवस्थेनं मोठ्या चलाखीनं तिला रुढी आणि परंपरांच्या चौकटीत बंदिस्त केले.

१८५७ च्या स्वातंत्र्ययुद्धानंतर भारतात इंग्रजी शिक्षणाची सुरुवात झाली. हे 'वाघिणीचं दूध' प्यायलेल्या त्या काळातल्या अनेक बुद्धिवंतांना आणि समाजसुधारकांना स्त्रीलाही सुशिक्षित करण्याचं महत्त्व पटू लागलं. कारण सामाजिक परिवर्तनाची सुरुवात कुटुंबापासूनच होऊ शकते हे त्यांनी ओळखलं होतं. महाराष्ट्रात ज्योतिराव फुले आणि सावित्रीबाई फुले, न्या. रानडे आणि रमाबाई रानडे, धोंडो केशव कर्वे या धुरिणांनी तत्कालीन समाजाचा तीव्र विरोध पत्करून आणि अनेक अडचणींवर मात करून नेटाने

स्त्रीशिक्षणाची मुहूर्तमेढ रोवली. १००-१२५ वर्षांपूर्वी शिक्षणाच्या संधी उपलब्ध करून देणाऱ्या या समाजसुधाकरांच्या अथक प्रयत्नातूनच स्त्रीच्या आजच्या प्रगतीचा पाया रचला गेला, यात शंका नाही.

१९४७ साली स्वातंत्र्य मिळाल्यानंतर भारतीय राज्यघटनेनं स्त्रीला समान दर्जा बहाल केला. स्त्रिया हळूहळू समाजात निर्भयपणे वागू लागल्या. ६०च्या दशकापर्यंत त्या मोठ्या संख्येनं शिक्षणही घेऊ लागल्या. साहित्य, संगीत, नाट्य अशा कलाक्षेत्रांत नाव कमावू लागल्या. तरीही नोकरी व्यवसायासाठी घराबाहेर पडणाऱ्या स्त्रियांची संख्या मोजकीच होती. ७०-८० च्या दशकापर्यंत मात्र मध्यमवर्गीय सुशिक्षित स्त्रिया नोकरीसाठी बाहेर पडू लागल्या. एकीकडे आर्थिक स्वातंत्र्याचा उपभोग घेताना वाढलेली जबाबदारी आणि दुसरीकडे घर, नोकरी किंवा छंद सांभाळताना कौटुंबिक आणि सामाजिक स्तरावर निर्माण होणाऱ्या नव्या समस्यांना आणि आव्हानांना समर्थपणे सामोऱ्या जाऊ लागल्या. कुटुंबाच्या परिघाची लक्ष्मणरेषा ओलांडून स्त्रीशक्तीनं खऱ्या अर्थानं सार्वजनिक अवकाशात दमदार पाऊल टाकलं. सुरुवातीला शिक्षिका, नर्स, डॉक्टर किंवा फार तर इंजिनीयर या व्यवसायापर्यंत तिची मजल गेली होती. परंतु आज वरील आखीव व रेखीव कुंपणापलीकडे स्त्रीनं झेप घेतलेली दिसते. पत्रकारिता, बँकिंग या क्षेत्रातली तिची कामगिरी उल्लेखनीय आहे. स्टेट बँक ऑफ इंडिया, आय.सी.आय.सी.आय अशा राष्ट्रीय स्तरांवरील बँकांच्या चेअरमन पदांवर स्त्रिया विराजमान झाल्या आहेत. यूपीएससी किंवा एमपीएससी या उच्चतम परीक्षांमध्ये यशस्वी होणाऱ्या मुलींची संख्या आज लक्षणीय आहे. अनेकजणी पायलट झाल्या आहेत आणि सेनादलातही सामील झाल्या आहेत. यावरून हे सहज लक्षात येतं की, योग्य संधी मिळाल्यास स्त्री कोणत्याही क्षेत्रात पुरुषाच्या बरोबरीनं आपलं कर्तृत्व सिद्ध करू शकते. 'मधुरांगण'सारख्या उपक्रमाने केवळ शहरातल्याच नाहीतर ग्रामीण भागातल्या स्त्रियांनाही व्यासपीठ उपलब्ध झालं आहे. मुलांच्या आणि स्त्रियांच्या आरोग्याचे प्रश्न, छोट्या नोकरीव्यवसायांतली संधी याविषयी त्या मोकळेपणानं चर्चा करू लागल्या आहेत.

स्त्रियांच्या आजच्या वाटचालीत स्वतंत्रपणे जगण्याचा आनंद आहे. व्यक्त होण्याची निकड आहे. आपले स्वत्व आणि स्वाभिमान गवसलेली स्त्री शतकानुशतकांची प्रस्थापित चौकट ओलांडून प्रसंगी ती मोडून नव्या दिशांची वाटचाल करू लागली आहे. समानतेचा हक्क मागता मागता अनेक पातळ्यांवर पुरुषांच्याही पुढे झेप घेतली आहे. स्त्रीशक्तीचा नारा सर्वत्र घुमतो आहे. परंतु या जयजयकाराच्या निनादात ती खरोखरी आश्वस्त झाली आहे का? वेळीअवेळी कामासाठी बाहेर पडताना तिला सुरक्षित वाटतं का?

आज २१ व्या शतकाच्या उंबरठ्यावर स्त्रीशक्तीला पुढील वाटचालीसाठी या प्रश्नांची उत्तरं शोधणं आवश्यक आहे. सामाजिक, सांस्कृतिक बदल होताहेत खरे; परंतु

या बदलांचं चक्र एवढंही गतिमान झालेलं नाही की ते स्त्रीपुरुषाला या समान पातळीवर आणून ठेवू शकेल. उलट बदलत्या काळानुसार तिच्या शोषणाच्या आणि अपमानाच्या तऱ्हा बदलत चालल्या आहेत. २०१२ साली दिल्लीत घडलेल्या 'निर्भया' प्रकरणानंतर जणू पेव फुटावे तशा शहरी आणि ग्रामीण अशा दोन्ही भागांत बलात्काराच्या नित्य घटना उघडकीस येत आहेत. कडक नियम झाल्यानंतरही स्त्रीभ्रूण हत्या थांबलेल्या नाहीत. आजही हुंडाबळीपासून स्त्रीची मुक्तता झालेली नाही. म्हणजे एवढी पिढ्यान् पिढ्यांची लढाई करूनसुद्धा आजही स्त्री पुरुषप्रधान समाजाची बळी ठरत आहे. उत्तर भारतातल्या काही खप पंचायतींची तर मुलींच्या जीन्स घालण्यावर आणि मोबाईल वापरावर बंदी घालण्यापर्यंत मजल गेलेली आहे. स्त्रीला पिंजऱ्यात उभी करून नीतीअनीतीच्या आरोपांनी तिला घायाळ करण्याची समाजाची सवय अद्याप गेलेली नाही.

भविष्यकाळ आणखी गुंतागुंतीचा आणि गतिमान असणार आहे. जागतिकीकरण, आर्थिक उदारीकरण, तंत्रज्ञान आणि प्रसार माध्यमातील माहितीचा प्रचंड स्फोट ही नवी परिमाणं सर्वांच्याच जगण्यावर प्रभाव टाकत आहेत. अवतीभवती घडणाऱ्या असंख्य घटनांना धार्मिक, राजकीय, सामाजिक आणि सांस्कृतिक संदर्भ तर आहेतच; पण व्यक्तिगत पातळीवर, परस्परांच्या नात्यावरही याचे पडसाद उमटत आहेत. स्त्रीशक्तीला या सर्व गोष्टींची दखल घेणं गरजेचं आहे. समान दर्जा आणि सन्माननीय वागणूक या विषयीचा लढा तर कायम ठेवायचा आहेच. पण हा लढा केवळ शहरी, मध्यमवर्गीय, सुशिक्षित स्त्रीपुरता मर्यादित राहता कामा नये. आज प्रसारमाध्यमामुळं ग्रामीण स्त्रीसुद्धा सजग झाली आहे. तिलाही सामाजिक कार्यक्रमात वाटा हवा आहे. स्थानिक स्वराज्य कारभारात ग्रामपंचायतीत आणि नगरपालिकेच्या मेयरची पदं त्या भूषवत आहेत. मिळालेल्या या संधीचा पुरेपूर उपयोग करून स्वतंत्रपणे स्वतःच्या हिंमतीवर काम करण्याचं आव्हान या स्त्रियांनी स्वीकारायला हवं. पती, भाऊ, वडील किंवा पक्षातील नेते या पुरुषांचा तिच्यावर दबाव असणारच. या सर्व गोष्टी गृहीत धरूच स्त्रीशक्तीला स्वतंत्र स्थान निर्माण करायचं आहे. भ्रष्टाचाराविरुद्ध लढा देण्याचं शिवधनुष्य पेलता आलं, तर सोन्याहून पिवळं! कार्यकर्तृत्ववान स्त्री समाजात मानाचं स्थान मिळवू शकते. हे पुरुषांनाही समजलं आहे. आणि म्हणूनच पार्लमेंटमध्ये स्त्रियांना तीस टक्के जागा आरक्षित करण्याविषयीचा कायदा अनेक वर्ष रेंगाळतो आहे. तो पास झाल्यास पुरुषांच्या जागा कमी होतील आणि पर्यायानं राष्ट्रीय स्तरावर पुरुषांचं राजकारणातील वर्चस्व कमी होईल, अशी भीती सर्व पक्षांतील पुरुषांना वाटत असली पाहिजे. मुलींसाठी शिक्षणाच्या संधी, भ्रूणहत्येविषयीचे नियम किंवा स्त्रियांच्या सुरक्षिततेविषयी चिंता येथपर्यंत सर्व पक्ष हिरिरीने आपला कळवळा जाहीर करताना दिसतात; परंतु अंतिम सत्तास्पर्धेत भागीदारीचा प्रश्न आला की, 'तेरी भी चूप, मेरी भी चूप' अशीच भूमिका

सर्वांना सोयीची वाटते. आज देशातली निम्मी लोकसंख्या स्त्रियांची आहे. या सर्व 'आम औरत'चा आवाजही 'आम आदमी' एवढाच प्रभावी ठरू शकतो. तेव्हा पुढील यशस्वी वाटचालीसाठी स्त्रीशक्तीची एकजूट अत्यंत महत्त्वाची आहे. आणखी एक महत्त्वाची गोष्ट म्हणजे योग्य संधी मिळाल्यानं आज ज्या स्त्रिया नोकरी, व्यवसायात, राजकारणात आणि समाजकारणात उच्च पदावर आहेत त्यांनी थोडं मागे वळून पाहायला हवं. अशिक्षित, समाजानं उपेक्षिलेल्या आपल्याच हजारो, लाखो भगिनींच्या उत्थानासाठी भरीव कार्य करण्याचा संकल्प सोडायला हवा. अनेक स्त्रीसंघटना या दिशेनं काम करत आहेत आणि समाजातल्या उदारमतवादी पुरुषांची उत्तम साथही त्यांना मिळत असते. सर्व थरांतील स्त्रियांचे जीवनमान सुधारण्यासाठी सर्वसमावेशक विधायक कार्यक्रम राबवणं, ही काळाची गरज आहे.

'उदे गं अंबे उदे' असा देवीचा गजर करताना घराघरातल्या अंबा, गौरी, दुर्गा यांचा यथोचित मान राखला गेला तरच स्त्रीशक्तीची पुढील वाटचाल सुकर आणि सुफल होईल. 'यत्र नार्यस्तु पूज्यन्ते तत्र रमन्ते देवताः ।' या आपल्या प्राचीन सांस्कृतिक परंपरेलाही योग्य न्याय मिळेल.

('मारवा' २०१३-१४ निबंध स्पर्धेत प्रथम पुरस्कार)

●●●

रक्तापलीकडले नाते

काही नाती जन्मजन्मातंरीची असतात, असं म्हणतात. आपल्यापैकी बऱ्याच जणांचा पुनर्जन्मावर विश्वासही असतो. अलीकडेच डॉ. ब्रायन वाइज या प्रसिद्ध मानसोपचार तज्ज्ञाचं 'मॅनी मास्टर्स मॅनी लाइव्हज्' हे अत्यंत रोचक पुस्तक वाचण्यात आलं. आपल्या एका मनोरुग्णाला बोलकं करण्यासाठी संमोहनशास्त्राचा आधार घेतला असताना आश्चर्यकारक गोष्टी समोर आल्या. ती मनोरुग्ण संमोहनावस्थेत आपल्या अनेक गतजन्माचा प्रवास करू लागली आणि त्या संदर्भातल्या अनेक अनुभवांचे पदर उलगडू लागली. विशेषत: गतजन्माच्या व्यक्ती तिच्या सध्याच्या जन्मातही कोणत्या ना कोणत्या भूमिकेत तिच्या अवतीभवती वावरत होत्या. आज तब्बल ४०-४५ वर्षांपूर्वी भेटलेल्या माझ्या अमेरिकन आईबद्दल लिहिताना त्यातलं सत्य मला खुणावत राहतं. आयुष्याच्या अनेक टप्प्यावर आपल्याला नाना प्रकारची माणसं भेटतात. कोणाकोणाशी इतका घनिष्ठ स्नेह जुळतो की रक्ताच्या नात्यापेक्षाही ती माणसं जवळची वाटू लागतात. माझ्या उमेदीची ३०-३५ वर्षं परदेशात आणि परप्रांतात गेली आणि सुदैवानं माझं जीवन अशा अनेक नात्यांनी समृद्ध झालं आहे. त्यातही एका आगळ्यावेगळ्या रक्तापलीकडच्या नात्यानं माझ्या जीवनाचा एक कोपरा झळाळून गेला आहे. एखाद्या जपून ठेवलेल्या आवडत्या अत्तराच्या कुपीसारखा माझ्या अमेरिकन मॉमच्या आठवणींचा मंद दरवळ आजही ताजातवाना आहे.

आमचं नुकतंच लग्न झालं होतं. डोळ्यात अनेक स्वप्नं होती आणि उराशी महत्त्वाकांक्षा. माझे पती रसायनशास्त्रातले पीएच.डी. होते. लवकरच त्यांना पदव्युत्तर संशोधनासाठी फिलाडल्फिया येथील नामांकित विद्यापीठात फेलोशिप मिळाली. आपल्या माणसापासून

एवढ्या लांब परक्या देशात आणि नवख्या संस्कृतीत आपला कसा निभाव लागेल, याबद्दल मन साशंक होतं. परंतु जीवनाचा जोडीदार बरोबर होता. त्यामुळं दिलासा वाटत होता. फिलाडेल्फिया विमानतळावर खुद्द अमेरिकन प्रोफेसरनं आमचं स्वागत केलं, तेव्हा परकेपणाची भावना कमी व्हायला मोठी मदत झाली. थोड्याच दिवसांत तिथल्या इंटरनॅशनल हाऊसकडून आम्हाला 'होस्ट फॅमिली' मिळाल्याचं कळवण्यात आलं. त्याकाळात म्हणजे १९६६ साली परदेशी विद्यार्थी आणि संशोधक यांचं अमेरिकेतलं आयुष्य सुखावह व्हावं आणि एकमेकांच्या संस्कृतीची ओखळ व्हावी, या उद्देशानं राबवलेली ही योजना होती. श्री. व सौ. योमन्स हे आमच्या तिथल्या वास्तव्यातलं यजमान कुटुंब असणार होतं. लवकरच त्यांचा फोन आला. त्यानुसार आम्ही आर्डमोर नामक शांत-निवांत उपनगरीय स्टेशनवर दाखल झालो. स्वतः पॉल योमन्स आम्हाला घ्यायला येणार होते. एक वयस्कर, उंचापुरा, गंभीर प्रकृतीचा माणूस आमच्या दिशेने येताना दिसला. प्रथमदर्शनी मन खट्टू झालं. वाटत होतं, आमच्यासारखंच तरुण जोडपं असेल. लवकर मैत्री होऊ शकेल! 'आलिया भोगासी असावे सादर' असा विचार करून निघालो.

एप्रिल महिन्यात वसंतऋतूची चाहूल लागलेली होती. टुमदार बंगलीभोवती रंगीबेरंगी मोसमी फुलं फुललेली होती आणि दारात सुहास्यवदना हेलन योमन्स स्वागतासाठी उभ्या होत्या. मध्यम उंचीच्या थोड्याशा स्थूल पण पाहताक्षणी आपल्या व्यक्तिमत्त्वाची छाप पाडणाऱ्या उच्चभ्रू समाजातील महिला वाटल्या. मोठ्या प्रेमानं हस्तांदोलन करून त्यांनी आम्हाला घरात नेलं. सौ. योमन्सच्या वागण्या-बोलण्यातून एक प्रसन्न भाव सतत जाणवत होता. त्यामुळं माझा संकोच बराचसा कमी झाला. प्राथमिक संभाषणाची गाडी हळूहळू रुळावर येऊ लागली. तेवढ्यात जेवणासाठी टेबलावर जुळवाजुळव सुरू झाली आणि मला जाणवलं की, मला खाण्याजोगं तिथं काहीच दिसत नाही. भाजलेले बटाटे, काकडी-टोमॅटो आणि ब्रेडबटरवर भागवावं लागणार होतं. टेबलाशी बसल्यानंतर त्यानी 'ग्रेस' म्हटली म्हणजे परमेश्वराचे आभार मानले आणि आम्ही दोघांनी, त्या दोघांना डॅड आणि मॉम असं संबोधावं असं सुचवलं. त्याक्षणी माझ्या मनातल्या उरल्यासुरल्या शंका नाहीशा झाल्या. ती सुरुवात होती आमच्यातल्या एका सुंदर नात्याची! ती अमेरिकन स्त्री पुढच्या काळात खऱ्या अर्थानं माझ्या आईची भूमिका निभावणार होती.

त्यांचा दोन मुलगे, सुना आणि नातवंडं असा छान परिवार होता. सर्वांची हळूहळू ओळख झाली. सर्वांनी आम्हा दोघांना सहजतेनं आपल्या कुटुंबात सामावून घेतलं. पाश्चात्य कुटुंबातसुद्धा परस्पर सामंजस्यानं एकमेकांविषयीचा प्रेम, जिव्हाळा कसा टिकून राहू शकतो, हे आम्ही पाहात होतो. हेलन योमन्स प्रॉटेस्टंट चर्चच्या प्रीस्टच्या कन्या होत्या. त्यामुळं उदारमतवादी होत्या. त्यांचा चर्चशी निगडित असणाऱ्या मैत्रिणींचा

एक खास गट होता. त्यांच्याशी ओळख व्हावी म्हणून एकदा त्या मला एकटीलाच लंच मीटिंगला घेऊन गेल्या. तोपर्यंत आम्हा दोघींत नाजूक भावबंध निर्माण झाले होते. जेवणानंतर आम्हा सर्वांच्या छान गप्पा रंगल्या. साडी नेसण्याचं प्रात्यक्षिकही झालं. माझं मन प्रसन्न होतं. अशा वेळी मॉमनं माझा हात हातात घेऊन जाहीर केलं. ती म्हणाली, "शी इज टूली माय इंडियन डॉटर." आमच्यातल्या स्नेहाला आता एका अनमोल नात्याची जोड मिळाली होती. ते नातं नुसतं सांगण्यापुरतं नव्हतं. याची नंतरच्या काळात पदोपदी जाणीव होत राहिली.

पहिल्या वेळी मला बाळ होण्याची चाहूल लागली. मॉम विलक्षण आनंदित झाली. माझे डोहाळे फार कडक होते. अशा वेळी माझ्यासाठी घरी बनविलेले चीज सूफले, कॉर्न सूफले किंवा पुडिंग अशा हलक्याफुलक्या गोष्टी ती स्वतः घेऊन यायची. यासाठी तिला पन्नास मैल ड्रायव्हिंग करावे लागे. मी थोडीशी सावरल्यानंतर तिची शॉपिंगची गडबड सुरू झाली. माझ्यासाठी मॅटर्निटी गाऊनपासून जन्माला येणाऱ्या बाळाला आवश्यक अशा सर्व वस्तूंची खरेदी करण्याचा सपाटा तिनं सुरू केला. आपल्याकडे डोहाळ जेवण असतं तसं 'बेबीशॉवर' देण्याची पद्धत अमेरिकेत आहे. मॉमनं माझ्यासाठी बेबीशॉवरचा थाट उडवून दिला. तिच्या मैत्रिणी आणि सुनांबरोबर तिनं माझ्या मैत्रिणीलाही बोलावलं होतं. बाळाला सहा महिने पुरतील एवढे नानाविध ड्रेसेस, दुपटी, ब्लँकेटस्, टॉवेल्स यांची रेलचेल होती. ही तर झाली हॉस्पिटलसाठीची तयारी. मग मॉमला वेध लागले बाळ घरी आणल्यानंतरच्या तयारीचे. तिनं सुनांकडून त्यांनी वापरलेलं बॅसिनेट (न हलणारा पाळणा) आणि कारमध्ये ठेवण्यासाठी बेबी बॉस्केट मागवून घेतली. त्यात बसणाऱ्या गाद्यागिरद्या, त्यांची आवरणं अशा सर्व नवीन वस्तू विकत आणल्या आणि त्या व्यवस्थित सजवून आमच्या अपार्टमेंटमध्ये आणून ठेवल्या तेव्हाच कुठे मॉमला स्वस्थता लाभली. एका आईचं ते निर्व्याज, अस्सल प्रेम अनुभवताना आम्ही प्रसंगी चकित होत होतो. भारावून जात होतो.

माझ्या मुलीचा-मंजिरीचा जन्म २७ नोव्हेंबरचा. नोव्हेंबर ते डिसेंबर हा ख्रिसमस टाइम. म्हणून मंजिरी ख्रिसमस बेबी होती. दरवर्षी मॉमकडे ख्रिसमस पार्टी असायची. ती खास करून कौटुंबिक पार्टी असे. आमचा त्यात समावेश होताच.

त्यावर्षी आम्ही नवजात ख्रिसमस बेबीचे आई-वडील होतो. साहजिकच आमचे आणि आमच्या काही स्नेह्यांचे पार्टीत विशेष स्थान होते. सर्वांच्या कौतुकाच्या सोहळ्यानं आम्ही धन्य झालो.

आपल्या पद्धतीप्रमाणे मित्रमंडळींना बोलावून आम्ही बाळाचं बारसं केलं. त्यानंतर काही दिवसांनी मॉमनं आम्हाला आणखी एक सुखद आश्चर्याचा धक्का दिला. छोट्या मंजिरीला चर्चच्या प्रीस्टकडून आशीर्वाद देण्यासाठी एक कार्यक्रम आयोजित केला.

तो ख्रिश्चनिंगचा प्रकार नाही असाही खुलासा केला. मि. स्मिथ नामक प्रीस्टनी प्रारंभी गीतेतील काही निवडक श्लोकांचा इंग्रजी भावार्थ वाचून दाखविला आणि त्यानंतर पवित्र पाणी (होली वॉटर) बाळावर शिंपडून उपस्थितांनी आशीर्वाद दिले. आमच्या भावना जपण्याचा त्यांचा प्रामाणिक प्रयत्न पाहून आम्ही अक्षरशः गहिवरलो. बोलायला शब्द सुचत नव्हते. ते रक्तापलीकडचं आगळंवेगळं नातं त्या अमेरिकन माऊलीनं जन्माला घातलं होतं!

मंजिरी सहा महिन्यांची असताना आम्ही भारतात परतलो. तब्बल तेरा वर्षांनंतर १९८१ साली पुन्हा जेव्हा अमेरिकेत गेलो, तेव्हा आवर्जून फिलाडेल्फियाला जाऊन मॉम आणि डॅड यांची भेट घेतली. दोघेही पार वार्धक्याकडे झुकलेले होते. राहता बंगला विकून वृद्धाश्रमात जायच्या तयारीत होते. तरीही पूर्वीच्याच मायेनं आणि जिव्हाळ्यानं त्यांनी आमचं स्वागत केलं. माझ्या मुलींना अमेरिकन आजीआजोबांची भेट होऊ शकली. या तृप्त भावनेनं मी त्यांचा अखेरचा निरोप घेतला.

(पूर्वप्रसिद्धी : औंध वाङ्मय मंडळ वार्षिक 'संपदा', सप्टेंबर २०१०)

●●●

हस्तस्य भूषणं दानम्

भारतीय संस्कृतीमध्ये 'दान' ही फार महत्त्वाची संकल्पना आहे आणि म्हणूनच दान देण्याची क्रिया धर्माशी जोडून त्याचं महत्त्व अधोरेखित केलं असावं. वेदकाळापासून यज्ञयागात मोठ्या प्रमाणात दानधर्म केला जात असे. राजेरजवाडे शेकडो गायी ऋषीमुनींच्या आश्रमासाठी दान करत. सर्वसामान्य जनताही आपल्या कुवतीप्रमाणे दान करत असे. समाजात सत्पात्री गरजूंना दान देण्याची प्रथा प्रचलित होती. 'हस्तस्य भूषणं दानम्' म्हणजेच आपल्या हातासाठी 'दान देणं' ही क्रिया सर्वात मोठं भूषण आहे, असं एका संस्कृत सुभाषितात आवर्जून सांगितलेलं आहे. नंतरच्या काळात संत कबीरांनी आपल्या एका प्रसिद्ध दोह्यात म्हटलं आहे की, 'हस्त दिये कर दान रे, मत कर मोह तूऽऽऽ, हरिभजनको को मान।' मोह टाळून आपल्याजवळ जे काही आहे ते आपल्यापेक्षा जास्त गरजूंना देणं, त्यांची गरज भागवणं हीच खरी हरि भक्ती आहे, असं संत कबीर सांगतात. परमेश्वरानं आपल्याला दोन हात दिले आहेत, तेच मुळी दान करण्यासाठी आणि मदत करण्यासाठी अशी त्यांची ठाम भूमिका दिसते. हिंदू धर्मात कर्मकांडांचं अवडंबर माजल्यानंतर दान हा धार्मिक कार्याचा अविभाज्य आणि बंधनकारक घटक बनला. काळाच्या रेट्यानं दिवसेंदिवस या प्रथेचं आनंददायी स्वरूप बदलून ती जाचक होऊ लागली, हा भाग निराळा!

या संदर्भात अलीकडेच एक अत्यंत रोचक हकीकत वाचण्यात आली. व्हेनिस जवळच्या एका छोट्या शहरातला हा प्रसंग आहे. स्टारबक्स, बरिस्तासारखे एक आधुनिक कॉफीहाऊस. एक मध्यमवर्गीय सुखवस्तू ग्राहक प्रवेश करतो. आल्या आल्या दोन कप कॉफीची ऑर्डर देतो. 'एक कप मला आणि दुसरा कप भिंतीवर' वेटर एक कप

कॉफी त्याला देतो आणि दुसऱ्या कपाचा निर्देश करणारा एक चिटोरा तिथल्या एका खास भिंतीवर चिकटवतो. दोन कप कॉफीचे पैसे देऊन तो ग्राहक निघून जातो. थोड्यावेळानं आणखी दोन सद्गृहस्थ येतात आणि तीन कप कॉफीची ऑर्डर देतात. दोन कप त्यांच्यासाठी आणि तिसरा कप ऑन द वॉलसाठी. साजहिकच आणखी एक चिटोरा त्या खास भिंतीवर लावला जातो. काही वेळानं रेस्टॉरंटच्या रूबाबाला न शोभणारा एक अव्यवस्थित कपड्यातला गरीब दिसणारा ग्राहक बेधडक प्रवेश करतो आणि 'एक कॉफी भिंतीवरची' अशी ऑर्डर देऊन आरामात बसतो. पूर्वीसारख्याच आतिथ्यशीलतेनं वेटर त्याला एक कप कॉफी देतो आणि भिंतीवरचा एक कप कॉफीचा चिटोरा काढून कचरापेटीत टाकतो. सगळं काही साधं, सरळ घडत असतं. त्या छोट्या गावातल्या सुजाण नागरिकांची या हाताचं त्या हातालाही कळू न देता छोटंसं दान देण्याची ही सहृदयता मला फारच भावली. शिवाय घेणाऱ्याला अजिबात संकोच वाटू न देण्याची भावनाही महत्त्वाची होती. त्या निर्धन माणसाला कॉफी फुकट मागावी लागली नाही किंवा त्यासाठी याचनाही करावी लागली नाही. एवढंच नाही तर 'भिंतीवरची कॉफी' हा जणू त्याचा सामाजिक हक्क होता असंच सूचित होत होतं. या छोट्याशा गोष्टीत मोठा संदेश दडला आहे, असं मला वाटतं. घेणाऱ्यांकडे पाठ फिरवून जो पुढे चालू लागतो, तोच 'उत्तम दाता' असतो.

पाश्चात्य देशात ही संकल्पना मोठ्या प्रमाणात रुळलेली दिसते. त्यात धार्मिक भावना किंवा इतर कोणत्याही बडेजावाचा समावेश नसतो. आपल्याइतके सुदैवी नसलेल्यांना थोडीफार मदत करणं एवढीच भावना असते. त्यात दान देण्याचं अवडंबर किंवा उपकाराची भावना नसते. अत्यंत श्रीमंत लोकांनी आपल्या उत्पन्नाचा ठरावीक हिस्सा अशा लोकोपयोगी कामासाठी राखून ठेवलेला असतो. त्यांचे मोठाले ट्रस्ट असतात. बिल गेट्स किंवा बिल क्लिंटन (अमेरिकेचे माजी प्रेसिडेंट) ही नावं सर्व परिचित आहेत. त्यांच्या ट्रस्टमार्फत विशेषत: मागासलेल्या देशात अविरत सेवाभावी कार्य चालू असतं. अमेरिकेतली 'महाराष्ट्र फाऊंडेशन' ही संस्था तर खास महाराष्ट्रासाठी मोठ्या प्रमाणात निधी गोळा करत असते. विशेष म्हणजे त्यांचे स्वयंसेवक म्हणजे अमेरिकेत स्थायिक झालेली मराठी मंडळी आपला काही वेळ या संस्थेसाठी देतात. प्रत्यक्ष महाराष्ट्रातल्या निरनिराळ्या भागांना भेटी देऊन तिथल्या अडचणी समजून घेतात आणि त्यानंतरच गरजू संस्थांना मदत करत असतात. साहित्य कलाक्षेत्रातल्या नामवंत व्यक्तींचा सत्कारही करतात. अशा पद्धतीनं सत्पात्री दानाची खात्री होते.

प्राचीन काळापासून आपल्याकडे दानाची संकल्पना धर्माशी जोडली गेल्यामुळे धार्मिक विधी किंवा सणसमारंभ या माध्यमातूनच दान करायचे अशी आपली स्वाभाविक धारणा झालेली असते. त्यामुळे सहसा दान काही विशिष्ट हेतूनं प्रवृत्त होऊनच केलं जातं. साहजिकच अशा दातृत्वाच्या भावनेला स्वार्थाची किनार लाभते. दानाच्या

बदल्यात आपल्याला काहीतरी मिळावं अशी नकळत अपेक्षा करू लागतो. देवासमोर हात जोडतानासुद्धा मनोमनी आपलं देवाकडे काहीतरी मागणं असतंच! कोणत्याही परतफेडीची अपेक्षा न करता दान करणाऱ्यांची जातकुळी वेगळीच असते. अशा दानशूर लोकांच्या मांदियाळीत पु. ल. देशपांडे यांचं स्थान उच्च क्रमांकावर असेल. कोणताही गाजावाजा न करता अनेक सेवाभावी संस्थांना त्यांनी सढळ हातानं मदत केल्याची अनेक उदाहरणं आहेत. उद्योगजगतातलं टाटा ट्रस्टचं नावही असंच उच्चस्थानावर आहे. विप्रोचे अझीम प्रेमजी, इन्फोसिसचे नारायण मूर्ती आणि सुधा मूर्ती अशा दानशूर उद्योजकांची संख्या दिवसेंदिवस वाढत आहे. ही फार समाधानाची गोष्ट आहे.

आपण सामान्य माणसंसुद्धा आपल्या कुवतीनुसार देणग्या देत असतो. 'क्राय हेल्पेज' अशा माध्यमातून आपला खारीचा वाटा उचलत असतो. एखाद्या आश्रमशाळेतल्या विद्यार्थ्यांच्या वार्षिक खर्चाची जबाबदारी घेत असतो. बरेचवेळा आप्तेष्ट, मित्रमंडळींना गरजेच्या वेळी मदत करण्याइतपत सहसंवेदना बऱ्याच लोकांपाशी असते. परंतु कळत न कळत आपल्या मनात परतफेडीची अपेक्षा दबा धरून बसलेली असते. अशी भावना ठेवणं चुकीचं आहे, अशातला भाग नाही; परंतु तशी मदत आपल्या गरजेच्यावेळी मिळाली नाही तर होणारं अपेक्षाभंगाचं दुःख जास्त त्रासदायक असतं. म्हणूनच आपली मानसिकता प्रयत्नपूर्वक बदलायला हवी. म्हणजे असं की, आपल्याला दान किंवा मदत करायची मनापासून इच्छा असेल तर अवश्य करावी; पण मग 'कर्मण्येवाधिकारस्ते मा फलेषु कदाचन' या गीतेत सांगितलेल्या निष्काम भावनेनं हे काम करायला हवं. फार तर आपल्या अडचणीच्या वेळी अशी मदत दुसऱ्या कोठून तरी नक्की मिळेल अशी आपल्या मनाची समजूत आपण काढू शकतो. एवढंच नाही तर प्रत्यक्षात असं खरोखरी घडू शकतं याचा प्रत्ययही आपल्यापैकी अनेकांना आला असेल, हे समाधानही नसे थोडके!

●●●

मराठीनं केला रशियन भ्रतार

साठ-सत्तरच्या दशकात अमेरिकेत स्थलांतर केलेल्या भारतीयांची तिसरी पिढी आज त्या देशात आत्मविश्वासाने आणि अभिमानाने वावरते आहे. ही पिढी अमेरिकतच जन्मलेली, वाढलेली आणि शिक्षण घेतलेली आहे. त्यामुळे तिथल्या वातावरणात आणि समाजात संपूर्णपणे रुळलेली आहे. आपल्या भारतीय संस्कृतीचा वारसा जपण्यासाठी गणेशोत्सव, दिवाळी, होळी हे सण जितक्या उत्साहानं साजरे करते तितक्याच जल्लोषात ख्रिसमस आणि न्यू इयरच्या सेलिब्रेशनमध्ये स्वत:ला झोकून देते. आपल्या भारतीयत्वाची ओळख जपण्यासाठी बहुसंख्य तरुणाई ही कसरत यशस्वीपणे करताना दिसते. त्यांच्याबरोबर शाळा-कॉलेजात शिकलेल्या आणि नंतर व्यवसायक्षेत्रात एकत्र काम करणाऱ्या अमेरिकन तरुणाईलासुद्धा आपल्या फेस्टिवलचे आकर्षण वाढू लागले आहे. भारतीय खानपान आणि सणवार यामध्ये त्यांचा वाढता सहभाग दिसून येतो. या आदानप्रदानातून एकमेकांच्या संस्कृतीबद्दलचा आदरभाव वाढतो. अशा भावनेतून निर्माण झालेली मैत्री यथावकाश प्रेमात आणि मग विवाहात रूपांतरित होते.

याचा एक उत्तम नमुना नुकताच आम्हाला आमच्याच घरातल्या एका विवाह समारंभात अनुभवायला मिळाला. माझे मोठे बंधू डॉ. चिटणीस यांची नात रूपाली पेंडसे हिचा रशियन अमेरिकन तरुण माइक व्हार्कुनॉव्ह याच्याशी अमेरिकेतल्या न्यूजर्सी प्रांतात ५ सप्टेंबर २०१५ रोजी विवाह संपन्न झाला. या समारंभात सहभागी होण्याचा योग आल्यामुळे त्यातले सर्व बारकावे अगदी जवळून टिपता आले. रूपाली आणि माईकच्या प्रेमकहाणीची सुरुवात झाली कॉलेजच्या दिवसात. रूपाली आणि माईक वेगवेगळ्या मजल्यांवर राहात होते. हॅलोवीनच्या समारंभात ते दोघे पहिल्यांदाच भेटले. निरनिराळे चित्र विचित्र पोशाख घालून

हा सण साजरा होतो. रूपालीनं काऊगर्ल पोशाख घातला होता. पहिल्या भेटीतच त्यांच्या मनांचे सूर जुळले मैत्रीची सुरुवात झाली. कॉलेजच्या शेवटच्या सिनिअरच्या वर्षापर्यंत ते दोघे एकमेकांच्या प्रेमात आकंठ बुडालेले होते. एकदा मनं जुळली की, धर्म, देश, भाषा यापैकी कशाचंच महत्त्व राहात नाही. परस्परविषयीचं प्रेम, विश्वास, समर्पण ही मानवीय मूल्यंच शेवटी चिरंतन असतात. हेच खरं आहे! कॉलेज संपताना रूपाली आणि माईकनं प्रेमाच्या गाठी तर पक्क्या केल्या, परंतु अमेरिकेत करीअर व्यवसाय निश्चित होईपर्यंत विवाहाचा विषय मात्र गुलदस्त्यातच असतो. यथावकाश माईक स्पोर्ट्स जर्नलिस्ट झाला आणि रूपाली ऑक्युपेशनल थेरपिस्ट आणि मग २०१४ च्या अखेरच्या दिवशी, ३१ डिसेंबरच्या मध्यरात्री १२ वाजता तो मंतरलेला क्षण त्यांच्या आयुष्यात आला. माईकनं रीतसर प्रपोज केलं आणि रूपालीनं होकार दिला. विवाहबंधनावर शिक्कामोर्तब झालं. पेंडसे आणि व्हार्कुनॉव्ह परिवाराच्या सहभागानंतर विवाहाची तारीख निश्चित झाली. ५ सप्टेंबर २०१५ रोजी दोन्ही पद्धतीनं विवाह करायचं ठरलं. प्रथम हिंदु समारंभ त्यानंतर रशियन - ज्यू समारंभ आणि शेवटी रिसेप्शन, डिनर आणि डान्स.

३ सप्टेंबरला आम्ही सर्व अमेरिकास्थित नातेवाईक न्यूजर्सीच्या शेरेटन हॉटेलात डेरेदाखल झालो. त्यादिवशी रात्री मेंहदी, रूपालीच्या मैत्रिणींची उत्स्फूर्त नृत्यं आणि डिनर असा कार्यक्रम झाला. ४ सप्टेंबरला रूपालीच्या पेंडसेगृही होमहवनसकट यथासांग देवकार्य पार पडलं. आम्हा सर्वांनाच 5 सप्टेंबरचे वेध लागले होते. दोन प्रकारचे विवाह विधी कसे काय साजरे होतील याबद्दल उत्सुकता होती. दुपारी १ वाजता दोन्हीकडची नातेवाईक मंडळी आणि आमंत्रित पाहुणे असे एकूण ३०० जण हॉटेलच्या लॉबीमध्ये आणि पार्किंग लॉटमध्ये जमलो. प्रवेशद्वारासमोर उमद्या पांढऱ्या घोड्याला जोडलेली बग्गी पाहून आश्चर्यचकीत झालो. विवाहाचा छान माहोल तयार झाला होता. थोड्याच वेळात शेरवानी, फेटा आणि मोजडी असा खास भारतीय नवरदेवाचा पोशाख केलेल्या माईकचा प्रवेश झाला. सर्वांना हसतमुखानं अभिवादन करून तो बग्गीत स्थानापन्न झाला. चक्क ढोलताशाच्या गजरात वरात निघाली. प्रथम रेडकार्पेटवरून माईक आणि त्याच्या आईवडिलांचा प्रवेश झाला. मंडपात उपस्थित वधूच्या आईवडिलांनी त्यांचं स्वागत केलं. मग रूपालीच्या चार मैत्रिणी हिरव्या साड्या नेसून, हातात दिवे घेवून आल्या. शेवटी सुंदर लाल रंगाची भरजरी घागरा चोळी परिधान केलेली रूपाली संगीताच्या तालावर पावलं टाकत आली.

वधूचं मंडपात आगमन झाल्यानंतर हिंदू पद्धतीचा विवाह समारंभ सुरू झाला. न्यूजर्सीमधल्या एका हौशी कन्सल्टंट इंजिनियरनं पौरोहित्याची जबाबदारी नेटकी पार पाडली. गणेशपूजा, मंगलाष्टकं, हारांची देवाणघेवाण, कन्यादान मंगळसूत्रबंधन, अग्नीची प्रदक्षिणा आणि सप्तपदी असे आवश्यक विधी संपन्न झाले. गुरुजी प्रत्येक विधीपूर्वी त्याचे

महत्त्व थोडक्यात इंग्रजीत सांगत होते. शिवाय हिंदू आणि रशियन ज्यु विवाहपद्धती विषयीचं एक पत्रक आधीच सर्वांना देण्यात आलं होतं. हा सोहळा संपल्यानंतर दोन्ही पक्षाच्या अगदी जवळच्या नातेवाईकांसोबत फोटो काढण्यात आले. परंतु प्रत्येक निमंत्रितांनी मंडपात येऊन भेटी देणं आणि फोटो काढणं हा अनावश्यक प्रकार नव्हता! सर्वांनी वधुवरांना हव्या असलेल्या वस्तू आधीच स्टोअर रजिस्ट्रीमार्फत गिफ्ट म्हणून पाठविल्या होत्या.

या समारंभानंतर दोन तासांचं मध्यांतर होतं. हॉटेलच्या लॉबीमध्ये मांडलेले अनेक प्रकारचे पदार्थ आणि चहा-कॉफी यांचा आस्वाद घेत निमंत्रित पाहुणे एकमेकांच्या भेटी घेत होते. वधू-वरांनाही रशियन वेडिंगसाठी तयारी करायला भरपूर वेळ मिळाला. ठीक ५ वाजता त्याच बॉलरूममध्ये सर्वजण जमले. आता आमच्यासारख्या भारतातून आलेल्या मोजक्या पाहुण्यांव्यतिरिक्त बहुतेक स्त्री-पुरुषांनी पाश्चात्त्य पोशाख घातला होता. माईकने सूट तर रूपालीनं सुंदर शुभ्र गाऊन परिधान केला होता. दोघांची जोडी लाजवाब दिसत होती. यावेळी वधूवरांचा प्रवेश सोहळाही निराळा होता. प्रथम दोन छोट्या गोऱ्यागोबऱ्या रशियन मुली शुभ्र गाऊन परिधान करून हातातल्या परडीतून गुलाबाच्या पाकळ्या उधळत आल्या. त्यांना फ्लॉवर गर्ल्स म्हणतात. ते दृश्य विलोभनीय होतं. पाठोपाठ माईकसह त्याचे आईवडील, त्यांच्या मागून त्याचा बेस्ट मॅन आणि चार मित्र यांचं आगमन झालं. मग रूपाली तिच्या आई-वडिलांबरोबर आली. मागून तिच्या चार ब्राइड्स मेड आल्या. शेवटी रूपालीचा भाऊ रंजीत आणि माईकची बहीण जेन एकत्र आले. पाश्चात्य संगीताच्या तालावर पदन्यास करत. सर्व मंडळींचं आगमन झालं. ज्यू धर्माच्या विवाहाचं पौरोहित्य करणाऱ्याला रॉबी असं म्हणतात. माईक आणि रूपालीची मैत्रीण-एक तरुण स्त्री ही जबाबदारी पार पाडत होती. ज्यू विवाहपद्धतीतही सात आशीर्वचनं हा विवाहाचा मुख्य भाग असतो. परस्परांविषयी प्रेम, विश्वास आणि आदरभाव या वैश्विक मूल्यांचाच त्यात समावेश होता. जगातला कोणताही धर्म असो, विवाहेच्छू जोडप्याच्या सारख्याच अपेक्षा असतात, याची तीव्रतेने जाणीव झाली. आपल्या सप्तपदीप्रमाणे इथंही वधूवर व्हॉव्ह्स घेऊन आयुष्यभर साथ देण्याची ग्वाही देतात. माईक आणि रूपालीनं आपल्या व्हॉव्ह्स स्वत:च लिहिल्या होत्या हे विशेष! शेवटी ब्रेकिंग द ग्लास हा एक महत्त्वाचा विधी. आयुष्यात सुखाबरोबर अडचणीही येतात. अशा प्रसंगी दोघांनी धैर्यानं सामोरं जाणं आवश्यक असतं, असा संदेश नवविवाहितांना देणारा हा प्रतिकात्मक विधी रोबीनं, "यू मे किस द ब्राइड. सो वी कॅन स्टार्ट द पार्टी नाऊ." अशी घोषणा करून समारंभाची सांगता केली. मग एकच जल्लोष झाला.

संध्याकाळी ७ वाजता या कार्यक्रमाच्या शेवटच्या प्रवेशासाठी पुन:श्च बॉलरूमचं दार उघडलं. आत दोन्ही बाजूला डिनरसाठी टेबलं सजत होती. प्रत्येक टेबलाभोवती १५

लोकांची आसनव्यवस्था होती. प्रवेशद्वारापाशी डीजे आणि त्यांचा बँड सज्ज होता. वधू-वरांसह सर्वांचं हॉलमध्ये आगमन झालं.

यानंतरचा कार्यक्रम मला विशेष भावला आणि मनाला चटका लावून गेला. वधूपित्यानं मुलीविषयी भावना व्यक्त करणारं छोटंसं भाषण केलं. वरपिता मुलाबद्दल, फॅमिली आणि येणाऱ्या सुनेबद्दलही छान बोलले. माईकच्या आईनं आणि बहिणीनं आपल्याही भावना व्यक्त केल्या. रूपालीच्या भावानं त्यांच्या सहजीवनाच्या आठवणी सांगितल्या. दोघांच्या मित्र-मैत्रिणींनीही त्यांच्या मैत्रीला उजाळा दिला. अतिशय हृद्य असा हा कार्यक्रम होता. त्यानंतर मात्र डीजेनं सलामी दिली आणि हॉलच्या मध्यभागी माईक-रूपालीभोवती तरुणाईनं फेर धरला. हास्यविनोद आणि नृत्य संगीतानं हॉल दणाणून गेला.

आमच्यासारखे जेष्ठ नागरिक भोजनाचा आस्वाद घेताघेता समोरच्या दृश्याचा भरपूर आनंद घेत होते. एका आगळ्या-वेगळ्या विवाहसमारंभाचा अनुभव घेतल्याच्या भावनेनं सुखावलो होतो.

(पूर्वप्रसिद्धी : मारवा दिवाळी अंक, २०१५)

●●●

भूलोकीच्या नंदनवनी

उत्तर भारतात तीस वर्षं वास्तव्य होऊनही मायभूमीतलं नंदनवन काश्मीर पाहण्याचा योग कधी जुळून आला नाही, ही खंत नेहमीच मनात होती. मग अनपेक्षितपणे युरोपमधलं नंदनवन असलेल्या स्वित्झर्लंडला भेट देण्याची संधी चालून आली आणि मन हरखून गेलं. आमच्या दोन्ही मुली अमेरिकेत वास्तव्यास असल्यामुळं अमेरिकेच्या फेऱ्या वर्षाआड होतच असतात. अशाच एका ट्रीपमध्ये वाटेत झुरिकला थांबून स्वित्झर्लंडमधली प्रेक्षणीय स्थळं पाहण्याचा बेत आम्ही ठरवला. ही सफर कोणत्याही प्रवासी कंपनीबरोबर न करता स्वतःच त्याची योजना करायची असंही ठरवलं. कारण कंपनीबरोबर आखीव-रेखीव प्रवासाचं आणि वेळेचं बंधन आम्हाला नको होतं. त्यानुसार 'मिलेनियम ट्रॅव्हल्स'कडून हॉटेल बुकिंग करून, युरोरेलचे पासेस घेऊन आणि स्वित्झर्लंडचा व्हिसा घेऊन एका वेगळ्या अनुभवासाठी सिद्ध झालो.

२००२ च्या मे महिन्यामधील एका पहाटे आम्ही उभयता मुंबईहून अरब एमितरातच्या विमानानं झुरिकला रवाना झालो. मायभूमीचा किनारा सोडताना माझं मन नेहमीच सैरभैर होतं. 'जननी जन्मभूमीश्च स्वर्गादपि गरीयसी', हे वाक्यही मनात डोकावून जातं. एमितरातच्या विमानात पाऊल टाकल्यानंतर मात्र मन प्रसन्न झालं. सर्वांग वस्त्राच्छादित आणि डोक्यावर अरबी टोपी असा वेगळा पेहराव असणाऱ्या हवाईसुंदरीनं सुहास्य वदनानं आमचं स्वागत केलं. विमानातील स्वच्छता आणि सेवा उत्तम प्रतीच्या होत्या. दुबईमार्गे झुरिकला दुपारी पोहोचलो. क्लोकरुममध्ये मोठ्या बॅगा ठेवल्या आणि फक्त दोन केबिन बॅगा घेऊन निघालो. झुरिक विमानतळाच्या तळमजल्यावरच अत्यंत प्रशस्त आणि स्वच्छ युरोरेल स्टेशन आहे. इथं याला बानहॉफ असं म्हणतात. या ठिकाणी

मोठमोठी शॉपिंग मॉल्स असल्यामुळे ही या देशातली सर्वात गजबजलेली ठिकाणं असतात. युरोरेलची कार्यक्षमता आणि वेळेविषयीचा काटेकोरपणा या गोष्टीही नंतरच्या ४-५ दिवसांत प्रकर्षानं जाणवत राहिल्या.

लुझर्न या रमणीय गावात आमचा पहिला मुक्काम होता. तिथं संध्याकाळी ५-५॥ वाजता पोचलो, तेव्हा चक्क ऊन होतं आणि तापमान २५ अंश सेल्सिअस असं उत्तम हवामान होतं. आमचं हॉटेल 'मोनोपोल' स्टेशनपासून पायी जाण्याच्या अंतरावर होतं. इथं उन्हाळ्यात रात्री ९ ला बऱ्यापैकी उजेड असतो, असं कळल्यानं स्नान वगैरे आटोपून आम्ही लुझर्नचा फेरफटका मारायला बाहेर पडलो. समोरच या गावाचा केंद्रबिंदू असलेल्या विस्तीर्ण लेक लुझर्नचं मनोहारी दर्शन घडलं. हे गावच मुळी या देखण्या सरोवराभोवती आल्प्स् पर्वत रांगांच्या कुशीत विसावलं आहे. लेकच्या कडेकडेने पंधरा-वीस मिनिटं चालत गेलो. आणि अचानक समोरचं दृश्य पाहून अवाक् झालो. आमचा स्वतःच्या डोळ्यांवर विश्वास बसत नव्हता. दस्तुरखुद्द बर्फाच्छादित आल्प्स् समोर ठाकलेला. यश चोप्राच्या अनेक चित्रपटांतील परिचित एखाद्या सुंदर लँडस्केप पेंटिंगसारखा समोर विराजमान होता. प्रवासाची सुरुवात तर अशी मस्त झाली होती. रस्त्याच्या कडेलाच असलेल्या अनेक कॅफेंमध्ये नाना देशांचे प्रवासी खाद्यपेयांचा आस्वाद घेत होते. ही इथली खासियत आहे, असं कळलं. लेकवर मध्ययुगात बांधलेल्या एका लाकडी पुलावर स्वित्झर्लंडची खास ओळख सांगणारा प्रसिद्ध वॉटर टॉवर आहे. तो अद्याप उत्तम स्थितीत आहे. वरून बंदिस्त असणाऱ्या या पुलाच्या छतावर उत्तम पेंटिंग्ज केलेली आहेत. प्रवाशांसाठी हे मुख्य आकर्षण आहे.

पुलाच्या पलीकडे लुझर्न गाव पसरलं आहे. मे महिन्यात इथला वसंत ऋतू असल्यामुळं सर्वत्र रंगीबेरंगी फुलांचे ताटवे बहरले होते. पायवाटेच्या कडेनं खांबावरही फुलांच्या कुंड्या लटकलेल्या होत्या. सायकलीवरून फिरणारी सर्व वयोगटातली माणसं आणि हवेतलं नगण्य प्रदूषण असा स्वप्नवत माहोल होता. कितीही चाललं तरी थकवा जाणवत नव्हता. फिरता फिरता गावाच्या मध्यभागी असलेलं मध्ययुगीन लायन मॉन्युमेंटही पाहिलं. एका प्रचंड खडकावर खोदलेलं, बाणांनी विद्ध झालेल्या सिंहाचं हे म्युरल आहे. फ्रेंच क्रांति युद्धात हौतात्म्य लाभलेल्या स्विस सैनिकांचं हे जगप्रसिद्ध स्मारक आहे.

दुसऱ्या दिवशीची सकाळ ही अशीच प्रसन्न उगवली. 'हॉटेल मोनोपोल'च्या खिडकीतून दिसणाऱ्या लुर्झन लेकवर सूर्यकिरणांची सोनेरी नक्षी होती आणि जलाशयावर हंसपक्षी डौलात फिरत होते. काँटिनेंटल ब्रेकफास्टचा यथेच्छ समाचार घेतल्यानंतर जवळ असलेल्या सर्व गरम कपड्यांचे एकावर एक थर चढवून आम्हा उभयतांच्या स्वाऱ्या आल्प्स् पर्वतारोहण करण्याच्या आवेशात सज्ज झाल्या. लुझर्न स्टेशनवरून एंगेलबर्गला जाण्यासाठी गाडीत बसलो. उत्कृष्ट प्रतीची घड्याळं बनविण्यासाठी स्वित्झर्लंड प्रसिद्ध

आहेच. तसंच घड्याळ्याच्या काट्यानुसार चालण्याची इथल्या रेल्वे गाड्यांचीही ख्याती अनुभवातून मिळाली. या स्विस रेल्वेगाड्या अत्यंत आरामदायी आहेत. चहूबाजूचं निसर्गदर्शन व्यवस्थित व्हावं यासाठी दोन्ही बाजूला मोठ्या काचेच्या खिडक्या होत्या. प्रत्येक डब्यात सायकली ठेवण्यासाठी वेगळा विभाग होता, हे विशेष. इथं सर्वांना सायकलिंग आणि स्कीईंगचं विलक्षण वेड असल्याचं दिसलं. लुझर्न ते एंगेलबर्गच्या दोन तासांच्या प्रवासात नजर पोचेल तिथपर्यंत हिरवीगार कुरणं दिसत होती. तिथं चरणाऱ्या धष्टपुष्ट गाई (मारक्या म्हशी मात्र कुठंच दिसल्या नाहीत.) त्यामागे रांगेत उभ्या असलेल्या पर्वतराजी आणि त्यांची चमकती शुभ्र शिखरं आणि या पर्वतराजीत ठिकठिकाणी विसावलेली टुमदार स्विस घरं ज्यांना 'शॅलेज्' म्हणतात, अशी पिक्चर पोस्टकार्डसारखी दृश्यं दिसत होती. हिरव्या कुरणावरची पिवळ्या डँडेलियन आणि जांभळ्या-पांढऱ्या बहरणाऱ्या फुलांची नक्षी आसमंताची शोभा वाढवत होती. परिकथेतल्या राज्यात आल्याचा भास व्हावा, अशा त्या वातावरणात एंगेलबर्ग स्टेशनवरून पायी रमत-गमत माऊंट टिटलिस पायथ्याशी कधी पोचलो समजलंही नाही.

माऊंट टिटलिस हे एक इथलं महत्त्वाचं प्रेक्षणीय स्थळ. पायथ्यापासून शिखरापर्यंतची याची १०,००० फूट उंची. तीन टप्प्यांत गाठता येते. प्रथम सहा आसनी गोंडोला कार, नंतर केबल कार आणि शेवटी ७५ आसनी गोल फिरणारी 'फिरती केबल कार'. जगातील पहिली फिरती केबल कार. ती आल्प्स्चं भव्यदिव्य दर्शन अगदी जवळून घडवते. या माऊंटवर एक बर्फाची गुहा आहे. तसंच इथल्या ग्लेशियरवर चालण्याचा अनोखा अनुभवही घेता आला. संध्याकाळी परतताना लुझर्न लेकवर बोटीनं फेरफटका मारता आला. या बोटीतून बरेच लोक कामावरून घरी परतत होते आणि बोटीच्या थांब्यावरून आपल्या सायकली घेऊन जात होते.

तिसरा दिवस हा युरोपमधल्या सर्वात जास्त म्हणजे ११,३३३ फूट उंचीवर असलेल्या 'युंगफ्रा'ला भेट देण्याचा होता. त्यासाठी इंटर लाकेन या स्वित्झर्लंडमधील टुमदार गावी मुक्काम करायचा होता. इथलं हॉटेल छोटंसं, घरगुती आणि अतिशय निसर्गरम्य परिसरात होतं. सभोवती सरोवरं, त्यामागे प्रचंड अल्पाईन वृक्ष आणि त्यांना वरदहस्त देणारी धवल शिखरं. निसर्गानं जणू आपलं सारं वैभव या परिसरावर उधळलं असावं. इंटरलाकेनपासून लॉटर बुनेनपर्यंत चार डब्यांची गाडी आणि पुढे युंगफ्राला ६,००० फुटांपासून ११,००० फुटांपर्यंत चक्क बर्फाच्छादित डोंगरात खोदलेल्या भुयारातून जाणारी खास दोन डब्यांची गाडी जिला म्हणतात कॉगव्हील ट्रेन. एका विशिष्ट दातेरी रुळावरून वर सरकत जाणारी ही गाडी असते. निसर्गावर मात करणाऱ्या या मानवी प्रयत्नांना सलाम करावासा वाटला. युंगफ्राचं आणखी एक आकर्षण म्हणजे तिथला आईस पॅलेस. ७-८ दालनांचा हा बर्फात खोदलेला महाल परिकथेत शोभावा असाच आहे. प्रत्येक दालनात बर्फात कोरलेली

प्राण्यांची शिल्पं आहेत. परतीचा २॥-३ तासांचा प्रवास डोळे मिटून फक्त दिवसभराच्या अविस्मरणीय अनुभवांची उजळणी करण्यात घालवला. इंटर लाकेन या रमणीय गावात आणखी एक दिवस निवांत राहिलो. पुन्हा झुरिकमार्गे स्वित्झर्लंड सोडताना भूलोकीच्या या नंदनवनाचं सौंदर्य मनसोक्त अनुभवल्याचं समाधान गाठीशी होतं.

(साहित्यप्रेमी भगिनीमंडळाच्या हस्तलिखित स्पर्धेसाठी लिहिलेला लेख)

●●●

मराठी चित्रपट आणि राजकारण

कोणत्याही देशातील आणि भाषेतील राजकीय चित्रपट तत्कालीन राजकारण आणि त्यावेळची परिस्थिती यावर प्रामुख्यानं भाष्य करतात. देशकाल परिस्थितीनुसार राजकारणाची दिशा आणि स्वरूप बदलत जातं. त्यामुळे राजकीय चित्रपट करताना बदलत्या काळाचा वेध घेत त्या काळातलं राजकारण प्रभावी कथानकाच्या माध्यमातून सादर करावं लागतं. म्हणूनच मूळ कथानक, त्यावर आधारलेली पटकथा आणि त्या तल्या व्यक्तिरेखा या तीन गोष्टी फार महत्त्वाच्या असतात. कथानकातलं गांभीर्य आणि परिणामकारकता टिकवण्यासाठी संगीत, नृत्य किंवा विनोद या गोष्टींची जोड माफक प्रमाणातच द्यावी लागते. साहजिकच १९३२ साली 'प्रभात फिल्म कंपनी'चा पहिला बोलपट 'अयोध्येचा राजा' प्रदर्शित झाल्यानंतर १९४७ सालापर्यंतच्या स्वातंत्र्यपूर्वकाळात 'राजकीय' चित्रपटाचा विचार होणं शक्य नव्हतं. देशातल्या परकीय राजवटीमुळं स्वतंत्र राजकीय विचार मांडण्यासाठी पोषक वातावरण नव्हतं. त्यामुळे १९३२ ते १९४७ या कालावधीत प्रामुख्यानं पौराणिक आणि संतपटांचीच निर्मिती झाली. सामान्य जनमानसाच्या भावनांना भिडणारे आणि त्यांना सहजपणे पटणारे असे या चित्रपटांचे विषय होते. महाराष्ट्रात प्रवचनं आणि कीर्तनं यांच्या माध्यमातून लोकांना अनेक पौराणिक विषय आणि संतांची जीवनचरित्रे यांची माहिती होती. अशी परिचित कथानकं आणि त्यांना श्रवणीय संगीताची जोड हा या प्रारंभीच्या काळातल्या चित्रपट निर्मितीचा यशस्वी फॉर्म्युला होता. त्यामुळंच 'प्रभात'चे 'संत तुकाराम' आणि 'संत ज्ञानेश्वर' हे चित्रपट तुफान लोकप्रिय झाले.

१९४७ साली स्वातंत्र्य प्राप्तीनंतरच्या काळात स्वातंत्र्याच्या चळवळीत घडलेल्या

अनेक घटना लोकांच्या मनात ताज्या होत्या. पु. ल. देशपांडे आणि त्यांच्या पत्नी सुनीताबाई, यांनी तर या चळवळीत सक्रिय भाग घेतला होता. या अमूल्य अनुभवांचं चित्रीकरण व्हावं असं त्या दोघांनाही वाटत होतं. त्यावेळी महाराष्ट्राचे कविवर्य ग. दि. माडगूळकर यांचे स्फूर्तिदायक पोवाडे गावोगावी गायले जात होते. त्यामुळं महाराष्ट्रभर चैतन्य निर्माण झालं होतं. अशा या देशभक्तीनं आणि देशप्रेमानं मंतरलेल्या वातावरणात १९४८ साली स्वातंत्र्याचा विषय घेऊन 'वंदे मातरम्' हा चित्रपट करायचा असं ग. दि. माडगूळकर आणि दिग्दर्शक राम गबाले यांनी ठरवलं. या चित्रपटात पु. ल. आणि सुनीताबाई यांनीच काम करावं, असा ग. दि. मां.चा आग्रह होता असं पु.लं.नीच म्हटलं आहे. कथा, पटकथा आणि गीतरचना सारं ग. दि. माडगुळकरांचं. सुधीर फडके यांचं संगीत आणि राम गबाले यांचं दिग्दर्शन लाभलेल्या या वंदे मातरम् चित्रपटाला मराठीत पहिला राजकीय चित्रपट असा मान नक्कीच द्यायला हवा. सिनेमा चांगला जमला. संगीत खूप छान होतं. 'अपराध मीच केला, शिक्षा तुझ्या कपाळी' असणि 'वेद मंत्राहून आम्हा वंद्य वंदे मातरम्' ही गाणी अतिशय गाजली. 'वेद मंत्राहून' हे गीत तर आकाशवाणीच्या माध्यमातून घरोघरी पोचलं. त्याकाळात राष्ट्रप्रेमाचे संस्कार करण्यात या गाण्याचं मोठं योगदान आहे. एवढ्या साऱ्या जमेच्या बाजू असूनही हा सिनेमा फारसा चालला नाही. सेन्सॉर बोर्डानंही खूप त्रास दिला. डू ऑर डाय या अर्थाचं 'तरु वा रणी मरूनी जाऊ' हे वाक्य हिंसक आहे, असं ठरवून त्या संदर्भातली वाक्यंच्या वाक्यं गाळायला लावली. म्हणजेच १९४८ साली स्वतंत्र भारतातलं फिल्म सेन्सॉर बोर्ड अजून अशा विषयावरची आपली भूमिका ठरविण्यासाठी पुरेसं सक्षम नसावं. तसंच जनमानसावर अद्याप पौराणिक आणि संतपटांची पकड असल्यामुळे प्रेक्षक वेगळ्या विषयावरचे चित्रपट स्वीकारायला फारसे उत्सुक नसावेत!

तब्बल दोन दशकांनंतर मराठी सृष्टीत गाजलेला १९७५ सालचा 'सामना' तत्कालीन राजकीय वास्तवतेवर प्रखर प्रकाश टाकणारा उल्लेखनीय चित्रपट ठरला. दिग्दर्शक डॉ. जब्बार पटेल यांनी या पहिल्याच चित्रपटात आपल्या दिग्दर्शनातील प्रतिभेची कुवत सिद्ध केली. अभिनेते श्रीराम लागू आणि निळू फुले यांच्या अभिनयाची जणू जुगलबंदीच 'सामना'द्वारे पाहायला मिळाली. निळू फुले यांनी खेड्यातला नवश्रीमंत बागायतदार हिंदुराव पाटील, जुना ज्वलंत गांधीवादी असा मुखवटा धारण केलेला बेरकी पुढारी अप्रतिम रंगवला आहे. तोपर्यंत असे नवश्रीमंत साखर कारखानदार आणि बागायतदार राजकीय पुढारी पश्चिम महाराष्ट्रातल्या गावागावातून तयार झाले होते. या पार्श्वभूमीवर डॉ. श्रीराम लागूंनी तत्त्वनिष्ठ आणि कणखर मास्तर तेवढ्याच ताकदीनं उभा केला आहे. पाटलानं राजकीय स्वार्थासाठी मोठ्या चातुर्यानं मास्तराशी मैत्री जमवलेली आहे. परंतु एका खुनाच्या प्रकरणानंतर मास्तर अस्वस्थ होतात आणि तेथूनच या दोन मित्रात

रंगतो सामना! 'कुणाच्या खांद्यावर कुणाचे ओझे' हे अत्यंत गाजलेले गीत. १९७५ च्या बर्लिनच्या आंतरराष्ट्रीय चित्रपट महोत्सवात 'सामना'नं हजेरी लावली होती. १९७६ सालचा उत्कृष्ट मराठी चित्रपटाचा 'रजत कमळ' पुरस्कार मिळाला.

यानंतर १९७९ साली डॉ. जब्बार पटेल दिग्दर्शित अप्रतिम सिनेमा 'सिंहासन' प्रदर्शित झाला. केवळ मराठीतच नव्हे, तर अखिल भारतीय स्तरावर खऱ्या अर्थानं पहिला राजकीय चित्रपट म्हणून 'सिंहासन'ची प्रशंसा झालेली आहे. उत्कृष्ट चित्रपट आणि सर्वोत्कृष्ट दिग्दर्शक जब्बार पटेल असे दोन राष्ट्रीय पुरस्कार या चित्रपटाला मिळाले. यावरून त्याचं उत्तुंग यश अधोरेखित होतं. 'सिंहासन' आणि 'मुंबई दिनांक' या अरुण साधू यांच्या उत्तम साहित्यकृतीवर याची पटकथा आधारलेली आहे. यात राजकीय कुरघोड्या, राजकारणातील डाव आणि प्रतिडाव यांचं अत्यंत प्रभावी चित्रण पहायला मिळतं. महाराष्ट्रातल्या मुख्यमंत्र्याच्या खुर्चीसाठी चाललेल्या टोकाच्या स्पर्धेचा पत्रकार दिगू टिपणीस साक्षीदार असतो. मुख्य प्रतिस्पर्धी अर्थमंत्री दाभाडे कामगार पुढारी डिकास्टाला 'कामगार मंत्री'पदाची ऑफर देऊन प्रतिशह देण्याचा प्रयत्न करतात. या गोष्टी तत्कालीन मुंबईमधील कामगार युनियन्स आणि त्यांचे पुढारी यांचं महाराष्ट्राच्या राजकारणातील वर्चस्व अधोरेखित करतात. राजकारणाच्या पटावरील इतर मंत्र्यांची प्यादी वेळ येईल त्यानुसार आपल्या जागा बदलत राहतात. मग त्यावेळचे दुष्काळी परिस्थिती, शेतकऱ्यांचे प्रश्न किंवा भूकबळी या गंभीर प्रश्नांशी कोणाचेच काही देणे-घेणे नसते. राजकारणातील या दांभिकपणानं पत्रकार दिगू टिपणीस व्यथित होत असतो. या जीवघेण्या स्पर्धेत डिकास्टासारखा अनुभवी युनियन लीडरसुद्धा शेवटी 'बळीचा बकरा' बनतो.

निळू फुले-पत्रकार, सतीश दुभाषी-डिकास्टा, मुख्यमंत्री-अरुण सरनाईक आणि अर्थमंत्री-डॉ. श्रीराम लागू यांच्या भूमिका अप्रतिम. साथीला दत्ता भट, मधुकर तोरडमल, श्रीकांत मोघे, मोहन आगाशे, माधव वाटवे आणि रिमा लागू अशी तगडी स्टारकास्ट आहे. हृदयनाथ मंगेशकरांचं संगीत आणि सुरेश भटांचं 'उषःकाल होता होता, काळरात्र झाली' या एकमेव गीताचं अत्यंत प्रभावी चित्रण आहे. या चित्रपटाच्या संदर्भात आणखी एका गोष्टीचा आवर्जून उल्लेख करायला हवा. यातले अनेक शॉटस् प्रत्यक्ष मंत्रालय, मंत्र्यांचे बंगले, मुख्यमंत्र्यांची केबिन आणि प्रेस कॉन्फरन्स रूम अशा खऱ्या लोकेशनवर घेतलेले असल्यामुळे ते वास्तववादी वाटतात. त्यासाठी तत्कालीन मुख्यमंत्री शरद पवार यांचे सहकार्य मिळाले होते. चित्रपटानं बॉक्सऑफिसवरही चांगलं यश मिळवलं.

१९८२ साली आलेला अनंत माने दिग्दर्शित 'गल्ली ते दिल्ली' हा मराठी चित्रपटाच्या इतिहासात मुंबई उच्च न्यायालयाच्या आदेशानं सेन्सॉर झालेला पहिला चित्रपट. त्यामुळे

गल्लीपासून दिल्लीच्या लोकसभेत गाजला. १९९८ साली आला श्रावणी देवधर दिग्दर्शित 'सरकारनामा'. या चित्रपटात यशवंत दत्त आणि दिलीप प्रभावळकर यांच्या राजकीय प्रतिस्पर्धी पुढाऱ्यांच्या अत्यंत प्रभावशाली भूमिका. मुख्यमंत्र्यांना बदनाम करण्यासाठी त्यांच्या मुलीच्या लग्नाचं निमित्त साधून कटकारस्थानं रचली जातात. एक पत्रकार आणि त्याची साथीदार नकळत या कटात कसे गुंतत जातात आणि शेवटी त्यांच्यामुळेच हा कट कसा उघडकीस येतो, याचं अत्यंत प्रभावी चित्रण पाहायला मिळतं.

१९९९ सालचा संजय सूरकरांचा 'घराबाहेर' हा आणखी एक उल्लेखनीय राजकीय चित्रपट. यात निवडणुकीतल्या स्त्रियांच्या राखीव जागांचं कसं पद्धतशीरपणे राजकारण केलं जातं, हे दाखवलं आहे. बरेचदा अशा राखीव जागांवर प्रमुख राजकारणी कुटुंबांची मक्तेदारी असते. परंतु अशा पद्धतीनं निवडून आलेली एखादी स्त्री स्वतंत्र विचाराची आणि बंडखोर वृत्तीची असेल तर स्वार्थी राजकारण्यांचा डाव कसा फसतो याचं परिणामकारक चित्रण 'घराबाहेर'मध्ये आहे. मोहन जोशी, सचिन खेडेकर, सोनाली कुलकर्णी यांच्या प्रभावी भूमिका असलेला हा चित्रपट बऱ्यापैकी गाजला. शेवटी सोनालीची बंडखोरी तिला 'घराबाहेर' पडायला प्रवृत्त करते.

अगदी अलीकडचे 'झेंडा' आणि 'सत्य, सावित्री आणि सत्यवान' हे उल्लेखनीय राजकीय चित्रपट. २०१० सालचा अवधूत गुप्ते यांचा 'झेंडा' आजच्या तरुण कार्यकर्त्यांच्या आशा-आकांक्षांवर आधारित आहे. यातल्या प्रमुख पात्रांचं महाराष्ट्रातल्या एका प्रसिद्ध राजकीय घराण्यातल्या व्यक्तीशी साधर्म्य असल्यामुळे तो वादग्रस्त ठरला आणि गाजलाही. सर्वच राजकीय पक्ष तरुण कार्यकर्त्यांचा आपल्या वैयक्तिक फायद्यासाठी कसा उपयोग करून घेतात आणि म्हणूनच 'कोणता झेंडा घेऊ हाती' अशी त्यांची द्विधा मन:स्थिती कशी होते, हा या चित्रपटाचा विषय छान रंगला आहे.

२०१२ च्या सर्वेश परब दिग्दर्शित 'सत्य, सावित्री, सत्यवान' या चित्रपटात पुन्हा एकदा राजकीय कुरघोड्या आणि रहस्याचा थरार असा खेळ मस्त रंगला आहे. शेवटी एवढेच म्हणावेसे वाटते की, 'सिंहासन'ने राजकीय चित्रपट म्हणून जो टप्पा गाठला होता, तो इतका वरचा होता की, दुसऱ्या कोणत्याच राजकीय चित्रपटाची त्याच्याशी तुलना होऊ शकली नाही आणि म्हणूनच 'सिंहासन'चे सिंहासन आजतागायत अबाधित राहिले आहे.

(साहित्यप्रेमी भगिनीमंडळाच्या हस्तलिखित स्पर्धेसाठी लिहिलेला लेख)

●●●

जाहिरातींचा भूलभुलैया

आजची प्रसारमाध्यमं कोणतीही असोत, वृत्तपत्रं, मासिकं किंवा दूरचित्रवाणीच्या शेकडो वाहिन्या. या सर्व प्रसारमाध्यमांचा जाहिराती हा एक प्रमुख आणि अविभाज्य घटक बनला आहे. जाहिरातींवर त्यांचं अर्थकारण अवलंबून असतं. बहुतेक वृत्तपत्रांच्या पुरवण्यांची आणि मासिकांची पानं रंगीबेरंगी आकर्षक जाहिरातींनी सजलेली दिसतात. दूरचित्रवाणीच्या वाहिन्यांवर तर दर पाच मिनिटांनी येणारं जाहिरातीचं तोंडी लावणं आम्हा प्रेक्षकांना विनातक्रार गिळावंच लागतं. खरंतर उत्पादकाला आणि वितरकाला त्यांच्या श्रमाचं योग्य मोल मिळवण्यासाठी आपल्या मालाची जाहिरात करण्याचा रास्त हक्क आहे. तसंच चोख आणि उत्तम प्रतीचा माल आणि सेवा योग्य किमतीत मिळावी, हा ग्राहकांचाही अधिकार आहे. या दोन्ही गोष्टींचा सुयोग्य मेळ बसण्यासाठी उत्पादकांनी मात्र अतिरंजित आणि फसव्या जाहिराती करण्याचा मोह टाळायला हवा. काही किमान नैतिक गोष्टींचं भान ठेवायला हवं. ग्राहकांनीसुद्धा फसव्या जाहिरातींपासून सावध राहणं गरजेचं आहे.

घरोघरी नित्य वापरल्या जाणाऱ्या तेल, चहा, प्रसाधनाच्या वस्तू किंवा स्वयंपाकाघरातील रेफ्रिजरेटर, गॅसची शेगडी, मिक्सर-ग्राईंडर इत्यादी यंत्रसाधनं खरेदी करण्यात गृहिणीची विशेष भूमिका असते. त्यामुळं या वस्तूंच्या जाहिरातीसाठी 'स्त्री'ला केंद्रबिंदू मानणं साहजिकच आहे. लहान मुलांच्या नॅपीज, तेल, साबण, पावडर यांच्या जाहिरातीसाठीही गोंडस बाळाबरोबर मातेचा प्रेमळ आणि सात्त्विक चेहरा प्रभावी ठरणं ओघानंच आलं. भारतात 80 च्या दशकापर्यंत प्रिंट मीडिया आणि दूरदर्शन या एकमेव सरकारी दूरचित्रवाणी यांच्या माध्यमातून अशाच सोज्वळ जाहिराती दाखविल्या

जात. त्याकाळात दूरचित्रवाणीवरील 'उडान' मालिका फेम कविता चौधरी यांची 'सर्फ' साबणाची पहिलीवहिली जाहिरात आणि आसावरी जोशी यांची सर्फचीच 'दाग ढूंढते रह जाओगे' या जाहिराती खूप लोकप्रिय झाल्या होत्या. मृणाल कुलकर्णींची 'विको टर्मेरिक क्रीम'ची जाहिरातही अशीच मनावर ठसणारी होती. आजही ती अधूनमधून झळकताना दिसते. आपल्या कुटुंबासाठी उत्तम प्रतीचा माल मिळविण्याची स्त्रीची धडपड या जाहिरातीतून योग्य तऱ्हेनं प्रतिबिंबित होत असे.

९० च्या दशकात मात्र हे चित्र झपाट्यानं बदलू लागलं. भारतात आर्थिक उदारीकरण आणि जागतिकीकरण या गोष्टी हातात हात घालून अवतरल्या. पाठोपाठ बहुराष्ट्रीय कंपन्यांचा भारतीय बाजारपेठेत प्रवेश होऊ लागला. ग्राहकोपयोगी उत्पादनांनी बाजारपेठा भरून गेल्या. बरोबरीनं दूरचित्रवाणीच्या स्टार टी.व्ही., झी टी.व्ही, सोनी या प्रमुख खाजगी वाहिन्यांचा प्रवेश झाला. या वाहिन्यांचं अर्थकारण जाहिरातींच्या उत्पन्नावर अवलंबून असल्यामुळं साहजिकच जाहिरातींचं नवं आक्रमक युग सुरू झालं. बहुराष्ट्रीय कंपन्यांची जाहिरातीसाठी प्रचंड प्रमाणात पैसा ओतण्याची कुवत असल्यामुळं, जाहिरातींच्या क्षेत्रात मोठ्या पगाराच्या नोकऱ्या उपलब्ध झाल्यामुळं सुशिक्षित मध्यमवर्गीयांच्या उत्पन्नात लक्षवेधी वाढ झाली. चंगळवाद वाढू लागला. जाहिरात कंपन्यांच्या आक्रमक मोहिमांमुळे गरज नसलेल्या वस्तू व सेवा ग्राहकांच्या गळी उतरू लागल्या. यातूनच स्त्रीला जाहिरातीत सौंदर्याच्या चौकटीत बसविण्याची धडपड सुरू झाली. सुंदर चेहरा, कमनीय शरीर आणि वस्तू यांचं समीकरण अतिरंजित पद्धतीनं सादर करण्यात येऊ लागलं. रेझर ब्लेडस्, शेविंग क्रीम किंवा पुरुषांच्या अंडरवेअर्सच्या जाहिरातीत पुरुषांच्या बरोबरीनं स्त्रीला दाखवण्यात येऊ लागलं. पुरुषांच्या डिओड्रंट्सच्या टी.व्ही. जाहिरातींमध्ये तर अतिरेक होताना दिसतो. डिओड्रंटच्या वासानं एखाद्या पुरुषाभोवती ४०-४५ स्त्रियांचा जनाना गोळा झालेला दिसतो. अलीकडच्या ओल्ड स्पाईसच्या जाहिरातीत वयस्क मिलिंद सोमणच्या करड्या-उघड्या छातीवर अगदी तरुण मुलगी बिनधास्त विसावलेली दिसते.

या जाहिरात कंपन्या नित्य नव्या पद्धतीनं 'स्त्री' शरीराचं प्रदर्शन करून थांबल्या नाहीत तर स्त्रीच्या स्वाभिमानाला छेद देणाऱ्या अनेक जाहिराती आपण पाहतो. तत्काळ गोरेपणा बहाल करणाऱ्या क्रीम्स् आणि लोशन्स यांच्या जाहिरातींचा तर सध्या महापूर लोटला आहे. जुन्या काळी एखादी आजी आपल्या नातीला 'पी हळद आणि हो गोरी' असं म्हणाली असेल; परंतु आज झटपट गोरी होण्याचे रामबाण उपाय देऊ पाहणाऱ्या फेअरग्लो, फेअर अँड लव्हली किंवा फेअरएव्हर या प्रसाधनांच्या जाहिराती नुसत्याच अशास्त्रीय आणि अवास्तव नाहीत, तर 'स्त्रीचं सारं व्यक्तिमत्त्व तिच्या गोऱ्या रंगावर अवलंबून असतं', असा चुकीचा संदेश देऊन तरुण मुलींत न्यूनगंड निर्माण करणाऱ्या आहेत. आजची स्त्री सुशिक्षित आणि बुद्धिमान आहे. पुरुषांच्या बरोबरीनं सर्व क्षेत्रात

काम काम करण्याची तिची क्षमता आहे. जाहिरातीतली तिची प्रतिमाही तिच्या कर्तृत्वाला उठाव देणारी अशीच हवी. या संदर्भात अलीकडच्या 'तनिष्क' आभूषणांच्या जाहिरातीचा उल्लेख करायला हवा. यात एका मुलीच्या आईचा पुनर्विवाह आजच्या समाजानं मान्य केला आहे, हा चांगला विचार अधोरेखित झालेला दिसतो.

जाहिरात कंपन्यांचं दुसरं उत्तम लक्ष्य म्हणजे लहान मुलं. आजच्या स्पर्धेच्या जगात आपल्या पाल्यानं सर्व क्षेत्रांत अव्वल असावं अशी प्रत्येक पालकाची अवास्तव अपेक्षा असते. याच मर्मावर बोट ठेवण्यासाठी जाहिरात कंपन्या टपलेल्या असतात. काम्प्लान, बोर्नविटा, बूस्ट इत्यादी पेयांच्या सेवनानं मुलांची उंची, स्मरणशक्ती आणि बुद्धिमत्ता वाढते, अशा चक्क दिशाभूल करणाऱ्या जाहिराती दिसतात. काही वर्षांपूर्वी अखिल भारतीय ग्राहक पंचायतीनं असल्या फसव्या जाहिरातींविरुद्ध मोठी मोहीम हाती घेतली होती.

ग्राहक पंचायतीच्या प्रयत्नानं १९८६ मध्ये स्वतंत्र भारतातला पहिलावहिला 'कन्झ्युमर प्रोटेक्शन ॲक्ट' पार्लमेंटमध्ये पास झाला. एखाद्या उत्पादकाकडून किंवा दुकानदाराकडून फसव्या जाहिरातींचा अवलंब करून ग्राहकाला वस्तू विकली गेली असेल, तर त्याविरुद्ध ग्राहक न्याय मंचात (कन्स्युमर कोर्ट) न्याय मागण्याची प्रथमच सोय झाली. परंतु अवास्तव, अतिरंजित आणि फसव्या जाहिरातींवर किंवा अनैतिक जाहिरातींवर बंधन घालण्यासाठी संपूर्ण भारतभर लागू होणारा सर्वंकष असा कायदा आजही अस्तित्वात नाही. १९८५ साली स्थापन झालेली 'ॲडव्हरटायजिंग स्टॅन्डर्ड काउन्सिल' ही संस्था वेळोवेळी मार्गदर्शक तत्त्वं जाहीर करत असे. एवढीच तिची मर्यादित भूमिका आहे. 'ब्रॉडकास्टिंग अथॉरिटी ऑफ इंडिया' या संस्थेकडेही आपण अशा जाहिरातींबद्दल आपण तक्रार करू शकतो. आजच्या जागतिकीकरणाच्या युगात ई-कॉमर्सच्या माध्यमातून वस्तूंच्या खरेदी-विक्रीचं नवं दालन उपलब्ध झालं आहे. त्यावर प्रसारित होणाऱ्या जाहिरातींवर अंकुश ठेवण्यासाठी आजचा इन्फॉर्मेशन टेक्नॉलॉजी ॲक्टही सक्षम नाही.

एकूण काय प्रिंट मीडिया, इलेक्ट्रॉनिक मीडिया किंवा आजचं सर्वव्यापी इंटरनेट या सर्व माध्यमातून आपल्यावर जाहिरातींचा सतत मारा होत असतो. टीव्हीवर एखादा सिनेमा पाहताना तर हे खूपच जाणवतं. शि. द. फडणीसांचं सोबतचं एक व्यंगचित्र अत्यंत बोलकं आहे. जाहिरातींच्या तुरुंगात सिनेमाचे तुकडे गिळणारा टीव्हीचा अगतिक प्रेक्षक छान दाखवला आहे. असा आहे हा जाहिरातींचा भूलभलैय्या!

(साहित्यप्रेमी भगिनीमंडळाच्या हस्तलिखित स्पर्धेसाठी लिहिलेला लेख)

●●●

घर-संस्कारांचा स्त्रोत

आयुष्याच्या उत्तररंगात पदार्पण केल्यानंतर आपल्याच जीवन प्रवाहाकडे आपण 'ना खंत ना खेद' अशा त्रयस्थ वृत्तीनं पाहात असतो. कधी सुखद आठवणींच्या तालावर मनमोर पिसारा फुलवून नाचू लागतो, तर कधी जीवनसंगीतात उमटलेले बेसूर आठवून मनाचा गाभारा झाकोळून जातो. या साऱ्या बऱ्यावाईट गोष्टींचं मिळून एक प्रचंड कोलाज मन:पटलावर साकार होत जातं. यात माझ्या आयुष्यातल्या घरांचा प्रामुख्यानं समावेश आहे. ही घरं वेगवेगळ्या प्रांतातली आहेत, तशीच परदेशातलीही आहेत. त्यामुळं या घरातल्या वास्तव्याच्या काळातले सामाजिक आणि सांस्कृतिक संदर्भ खूप भिन्न प्रकारचे आहेत. त्यांनी वेळोवेळी जगण्याची उमेद दिली. जगणं समृद्ध केलं.

ज्या घराच्या ऊबदार छायेत माझा जन्म झाला आणि मी लहानाची मोठी झाले, ते बालपणीचं घर आजही मला स्पष्ट आठवतं. बेळगांव जिल्ह्यातल्या वंटमूरी या खेडेवजा गावात घटप्रभा नदीच्या काठी ध्यानस्थ बसलेला हा प्रचंड वाडा. वंटमूरी या छोटेखानी संस्थानांच्या देसायांचे आम्ही चिटणीस. आमच्या घराण्याला देणगी म्हणून मिळालेला हा वाडा. या भव्य चौसोपी वाड्याचं प्रवेशद्वार एक हत्ती सहज आत येऊ शकेल एवढं मोठं होतं. त्याला दिंडी दरवाजा म्हणत. गणेशोत्सव, दसरा, दिवाळी अशा खासप्रसंगी देसायांच्या वाड्यावरून सजलेला हत्ती मानवंदना देण्यासाठी आमच्या वाड्यात येत असे. आम्हा बाळ-गोपाळांसाठी ही मोठीच पर्वणी असे. याप्रसंगी हत्तीवरून फेरफटका मारण्याची हौस भागवता येई. दिंडीदरवाजातून प्रवेश केल्यानंतर भलं मोठं अंगण आणि त्या अंगणाच्या एका बाजूला काटेरी कुंपणाच्या बंदिस्त जागेत सुंदर बगीचा होता. जाई-जुई, मोगरा, गुलाब, चाफा अशा सुगंधी फुलांनी तो सतत बहरलेला असे. या बगीच्याची

देखभाल माझे वडील स्वत: करायचे. वाड्याच्या मागील बाजूस वाहणाऱ्या घटप्रभा नदीचं पाणी आणायचं म्हणजे तब्बल ४०-५० पायऱ्या उतराव्या-चढाव्या लागत. दररोज वडिलांबरोबर ही कसरत केल्यामुळं स्वावलंबनाचं बाळकडू आपोआप मिळत गेलं. 'नेमेचि येतो पावसाळा' या उक्तीनुसार त्या काळात आषाढात धुवांधार पाऊस पडायचा. दुथडी भरून वाहणाऱ्या घटप्रभा नदीचं रौद्र स्वरूप डोळे दीपवून टाकणारं असे. आषाढ शुद्ध दशमीपासून गुरूपौर्णिमेपर्यंत आमच्या वाड्यात श्री पांडुरंगाचा उत्सव साजरा व्हायचा. ते सात दिवस आमच्यासाठी आणि अख्ख्या गावासाठी मंतरलेले असत. हरिकीर्तन, भजन-पूजन अशा भक्तिरसात चिंब भिजलेल्या माहोलात सारे आबालवृद्ध तल्लीन होत. उत्सवाच्या सांगतेच्या दिवशी गुरुपौर्णिमेला महाप्रसादासाठी संपूर्ण गावाला निमंत्रण असे. आपल्या घरचंच कार्य आहे, अशा भावनेनं जमलेल्या स्त्रियांनी वाडा गजबजून जात असे. वाड्यात एक प्रकारच्या चैतन्याचा झरा वाहात असल्याची जाणीव व्हायची!

याच दिवसांत श्रावणात अंगणातला प्राजक्त बहरलेला असायचा. या फुलांच्या मंदमधुर सुगंधानंच सकाळी जाग यायची. धावत बाहेर जाऊन पहावं, तर अंगणात पांढराशुभ्र गालिचा पसरलेला आणि त्यावर नारिंगी रंगाची नाजूक नक्षी. कुंपणाजवळ पहारा देत असलेला चंपकही अंगोपांगी फुललेला. आईचा दर श्रावणात शंकराला लक्ष फुलं वाहायचा नेम होता. भल्या पहाटे मैत्रिणींचा घोळका फुलं गोळा करायला हजर व्हायचा. हां हां म्हणता तांब्याच्या लख्ख परातीत शुभ्र प्राजक्ताचे ढीग जमायचे. मग सर्वांना लाडू आणि गरम दुधाचा पेला, अशी बक्षिसी मिळत असे. अशा अनेक छोट्या छोट्या गोष्टींतून सहजीवनाचं शिक्षण मिळत गेलं. तो वाडा आल्या-गेल्या माणसांनी सतत गजबजलेला असायचा. निसर्गाच्या सान्निध्यातलं ते सहजसुंदर जीवन कितीही छान असलं, तरी हायस्कूलच्या शिक्षणासाठी जवळच्या तालुक्याच्या गावी जाणं क्रमप्राप्त होतं.

चिकोडीचं हे घरही माझ्या आजोबांनी बांधलेलं ऐसपैस दुमजली होतं. परंतु त्याला वंटमूरीच्या भव्य चौसोपी वाड्याची सर कशी येणार? पण गावाबाहेरच्या चंद्रकोरी डोंगराच्या पायथ्याशी असलेली भली मोठी शाळा मात्र पाहताक्षणी खूप खूप आवडली. या शाळेत खूप काही नवीन शिकायला मिळत होतं. त्याबरोबरच स्पर्धा होती, जिंकण्या-हरण्याची नवी सूत्रं होती. बालपण मागे टाकून खऱ्या जीवनाच्या वाटचालीची दिशा ठरत होती. या काळात या घराच्या मायेची उब सतत सोबत होती. या घराच्या गच्चीत मैत्रिणींबरोबर तासन्‌तास गप्पा व्हायच्या. तसंच परीक्षेच्या वेळी रात्री जागून केलेला अभ्यास होता. याच घरात तारुण्याची चाहूल लागली होती. नवी स्वप्नं, नव्या आकांक्षा सारं काही या घरानं पाहिलं होतं.

नंतर उच्च शिक्षणासाठी शहरात होस्टेलमध्ये राहावं लागलं, तेव्हा तर या घराची ओढ जास्तच वाटू लागली. कालांतरानं विवाहानंतर पुण्याला जायची वेळ आली, तेव्हा मात्र आयुष्यात प्रचंड उलथापालथ झाल्याची प्रथमच जाणीव झाली. कारण चिकोडीचं हे ऐसपैस घर सोडून पुण्यात दोन खोल्यांच्या घरात प्रवेश झाला होता. सासरची नवी माणसं, अपुऱ्या जागेतली तडजोड आणि पुण्यातलं सर्वस्वी वेगळं वातावरण, या सर्व आघाड्यांवर एकाचवेळी लढायची वेळ आली होती. परंतु समजूतदार, सुविद्य पतीची साथ मिळाल्यानं बऱ्याच गोष्टी सुसह्य झाल्या. मग पुण्याचं ते छोटं घरही आवडू लागलं. सारसबागेतल्या गणपतीचं दर्शन, पर्वतीवरचा फेरफटका, शनिवारवाड्याचा परिसर ही ठिकाणं माझ्या इतिहासप्रेमी मनाला खूप भावणारी होती. वसंतव्याख्यानमालेतली नामवंतांची भाषणं ऐकणं हा सुंदर बौद्धिक अनुभव होता. उण्यापुऱ्या वर्षभरातल्या पुण्याच्या वास्तव्यानं एक नवं सामाजिक आणि सांस्कृतिक भान मिळालं. पुढच्या वाटचालीसाठी ही फार मोठी जमेची बाजू होती.

पुढली उमेदीची तीन वर्ष अमेरिकेसारख्या प्रगत देशात घालविण्याची अपूर्व संधी मिळाली. माझे पती वासुदेव यांना अमेरिकेतल्या नामवंत विद्यापीठात फेलोशिप मिळाली आणि फिलाडेल्फियासारख्या ऐतिहासिक, महत्त्वाच्या शहरात राहण्याचा योग आला. वंटमूरीसारख्या खेड्यातून चिकोडीसारखं तालुक्याचं गाव, तेथून पुणं आणि पुण्याहून थेट साता समुद्रापलीकडे फिलाडेल्फिया, ही माझ्या दृष्टीनं अक्षरशः गरुडभरारी होती! एखादी जादूची कांडी फिरवल्याप्रमाणे जीवन अमूलाग्र बदलून गेले. विद्यापीठाच्या परिसरात एका मोठ्या हौसिंग कॉम्प्लेक्सच्या बेसमेंटमध्ये (चक्क तळघरात) आम्ही बिऱ्हाड थाटले. घराच्या मोजक्या खिडक्या रस्त्याच्या लेव्हलला होत्या. मोकळ्या आकाशाचे दर्शन दुर्मीळ होते. शिवाय बाहेरचे जग, तिथं वावरणारी माणसं, त्यांची संस्कृती सारं निराळं होतं. भाषा इंग्रजी असली, तरी त्यांचे उच्चार वेगळे, न समजणारे होते; पण मग जेवढी आव्हानं जास्त, तितकी लढायची जिद्दही आपोआप येत असावी! हौसिंग कॉम्प्लेक्सची देखरेख करणारा जॉनिटर, ६ फुटांहून जास्त उंची, बलदंड शरीर आणि काळाकुट्ट रंग अशी व्यक्ती समोर ठाकल्यानंतर माझी तर भीतीनं बोबडीच वळली. परंतु भारतीयांबद्दल त्याचं चांगलं मत आहे हे कळल्यानंतर त्याच्याशी बऱ्यापैकी दोस्ती झाली. घराची मालकीण मिसेस स्टाईन ही ज्यूबाई कडक आणि कंजूष होती. नंतर तिच्याशीही स्नेह जुळला. माणसं वंशानं, धर्मानं भिन्न असली, तरी माणुसकीच्या समान धाग्यानं ती एकत्र जोडली जाऊ शकतात, याचा पुनः पुनः प्रत्यय येत राहिला.

युनिव्हर्सिटीच्या 'इंटरनॅशनल हाऊस'मार्फत आम्हाला मिळालेली होस्ट फॅमिली श्री. व सौ. योमन्स ही तर देवमाणसंच होती. सौ. हेलन योमन्स यांनी माझ्या पहिल्या बाळंतपणात चक्क माझ्या अमेरिकन आईची भूमिका निभावली. या काळात आम्ही

उपनगरातील वन बेडरूम घरात प्रवेश केला होता. या घराच्या मालकिणीनंसुद्धा आमच्या नवजात मुलीच्या बेबीसिटरची भूमिका आनंदानं स्वीकारली. शेजारची नार्वेजियन नर्स बाळाची वैद्यकीय सल्लागार झाली होती. या घरानं इतकी माया आणि प्रेम दिलं की, या काळात आम्हाला आमच्या मायदेशाची क्वचितच आठवण झाली असेल. परदेशातल्या अनमोल अनुभवांची शिदोरी गाठीशी बांधून आणि मनानं खूप श्रीमंत होऊन आम्ही मायदेशी परतलो.

अमेरिकेहून थेट भारतातल्या काशीनगरीत वास्तव्याचा योग आला. कारण माझ्या पतींना 'बनारस हिंदू युनिव्हर्सिटी'त प्रोफेसरची पोस्ट मिळाली होती. पुन्हा एकदा नवं घरकुल, उत्तर भारतातलं संपूर्ण अपरिचित वातावरण यांना सामोरं जाण्याचं आव्हान होतं. इथल्या घरांची रचना आपल्यापेक्षा वेगळी, इथल्या हवामानाला अनुकूल अशी होती. ६ महिने उन्हाळा आणि ४ महिने कडक थंडी, अशी विषम हवा असल्यामुळं दोन्ही ऋतूंत मोकळी हवा आणि ऊन यांची गरज भागविण्यासाठी मध्यभागी चौकोनी अंगण ठेवण्याची पद्धत आहे. यामुळं आमच्या प्रायव्हसीच्या कल्पनेला मोठाच धक्का बसला. शेजारचे, वरच्या मजल्यावरचे सर्व प्रकारचे आवाज सतत कानांवर आदळायचे. आम्ही एका मोठ्या घरात, मोठ्या कुटुंबातच राहतो आहोत, असा भास व्हायचा. आजूबाजूची मंडळीही बिनधास्त, केव्हाही न सांगता यायची. ७-८ महिन्यांची मुलगी, मंजिरी म्हणजे तर त्यांच्यासाठी बाहुलीवजा खेळणं होतं. कोणीही यायचं आणि तिला उचलून घेऊन जायचं. पण हे सारं अत्यंत प्रेमानं आणि आपुलकीनं चालायचं. त्यामुळं आम्हाला विरोध करणं शक्य व्हायचं नाही. बाहेर समाजात वावरतानाही असाच अघळपघळ माहोल असायचा. सुरुवातीला हा सामाजिक बदल पचनी पडायला अवघड गेलं. पण हळूहळू लक्षात आलं की, ही माणसं खूप दिलदार आहेत. गंगा नदीपासून चालत जाण्याच्या अंतरावर हे घर असल्यामुळं पहाटेचं गंगातटावरचं भारावून टाकणारं वातावरण, गंगेवरचं बोटींग आणि गंगाघाटावरचे संगीत महोत्सव या सर्व गोष्टींचा भरपूर आनंद लुटता आला.

काही वर्षांनंतर बी.एच.यू.च्या परिसरातील प्रशस्त बंगल्यात आमचा मुक्काम हलला. हे केंद्रीय विद्यापीठ असल्यामुळे आणि संस्थापक पंडित मदन मोहन मालवीय यांच्या खास प्रयत्नांमुळे या विद्यापीठातले शिक्षक भारतातल्या निरनिराळ्या भागांतून आलेले आहेत. बी.एच.यू. कॅम्पस म्हणजे 'मिनी इंडिया' आहे, असं म्हटल्यास अतिशयोक्ती होणार नाही. आमच्या चोवीस बंगल्यांच्या शंकराचार्य कॉलनीत मराठी, बंगाली, कानडी, तमीळ, तेलुगु, गुजराथी आणि हिंदी असे भिन्न भाषिक प्रोफेसर्स होते. या सर्वांचे सांस्कृतिक प्रवाह निरनिराळ्या सणानिमित्त प्रकट होत. परंतु होळी आणि दिवाळी मात्र सर्वजण एकत्र साजरी करत असू.

होळीच्या दिवशी पुरुष, स्त्रिया आणि मुलं-मुली असे तीन गट वेगवेगळे बाहेर

पडत. रंग खेळण्याबरोबरच एकमेकांच्या सुख-दु:खाचे वाटेकरी होत असू. संध्याकाळी परस्परांच्या घरी जाऊन फराळाचा आस्वाद घेत असू. दिवाळीला रोषणाई आणि फटाक्यांची स्पर्धा असे. अशा सर्व समावेशक, मोकळ्या वातावरणात आमच्या दोन्ही मुली वाढल्या. त्यामुळं त्यांच्या व्यक्तिमत्त्वाची जडणघडण निकोप आणि सुदृढ होण्यास मदत झाली. कॅम्पसमधल्या फुला-फळांनी बहरलेल्या या घराची ही मोठी जमेची बाजू होती. बनारसच्या तीस वर्षांच्या दीर्घ वास्तव्यानंतर आम्ही पुण्यास स्वगृही आपल्या लोकांत परतलो.

प्रशस्त बंगल्यातून पुण्याच्या २ बीएचके फ्लॅटमध्ये जीव कासावीस होऊ लागला. दरम्यान पुणंही पार बदलून गेलं होतं. पूर्वीचं सुसंस्कृत, शिस्तबद्ध पुणं आम्ही शोधत होतो. आता फ्लॅट संस्कृती चांगलीच रुजली होती. अशाच एका बिनचेहऱ्याच्या फ्लॅटमध्ये आम्ही विसावलो. परंतु आता आम्ही स्वत:ला पुणेरी, महाराष्ट्रीयन अशा कुठल्याच एका साच्यात बसवू शकत नव्हतो. कारण आजही बनारसची आणि परदेशातली घरं आम्हाला सतत भावनिक साद घालत असतात आणि आम्ही कायमच त्यांच्याशी जोडलेले असतो.

(साहित्यप्रेमी भगिनीमंडळाच्या हस्तलिखित स्पर्धेसाठी लिहिलेला लेख)

•••

पुणं-टेकड्यांचं शहर

पन्नास वर्षांपूर्वीच्या त्या काळात 'महाराष्ट्राची सांस्कृतिक राजधानी' अशी पुण्याची ओळख होती. विद्या, संगीत, नृत्य, नाट्य अशा विविध आघाड्यांवर पुणे अग्रेसर होतं. त्या काळातच पुणे विद्यापीठाचं 'सावित्रीबाई फुले, पुणे विद्यापीठ' असं नामकरण झालं असतं, तर विद्यापीठात प्रवेश करताना सावित्रीबाईंची एक लेक म्हणून विशेष अभिमान वाटला असता. १९६४ च्या जुलै महिन्यात मी पुण्यात पहिल्यांदाच पाऊल ठेवलं. मिरज स्टेशनवरून आदल्या दिवशी रात्री सह्याद्री पकडून पहाटे सहा वाजता मी पुणे स्टेशनवर पोहोचले. माझे मावसभाऊ स्टेशनवर आले होते. तेव्हा पुण्याचा नंबर एकचा फलाट अगदी चकाचक असे. कारण दख्खनची राणी डेक्कन क्वीन याच फलाटावरून निघायची. त्यावेळी ती ३४-३५ वर्षांची प्रौढ तरुणी होती आणि तिचं दिमाखदार स्वरूप अद्याप कायम होतं. एवढा मोठा प्रशस्त आणि स्वच्छ प्लॅटफॉर्म पाहून मी चक्क पुण्याच्या प्रेमात पडले. दुसऱ्या दिवशी सामानाचं चंबुगबाळं सांभाळत रिक्षातून पुणे विद्यापीठाकडे निघाले. त्या काळात 'नेमेचि येतो पावसाळा' या उक्तीनुसार जून महिन्यातच पावसाची दमदार हजेरी असायची. महिनाभराच्या पावसामुळे विद्यापीठाचा सारा परिसर हिरवाईनं नटला होता. विद्यापीठाच्या कमानीखालून आत प्रवेश करताच विद्येच्या माहेरघरी प्रवेश केल्याच्या अभिमानानं ऊर दाटून आला. एका आगळ्यावेगळ्या विश्वात प्रवेश केल्याची जाणीव होत होती.

मुलींच्या वसतीगृहापाशी रिक्षा थांबली. छान प्रशस्त दुमजली इमारत समोर उभी होती. आत प्रवेश करताना थोडी हुरहूर, उत्कंठा अशा संमिश्र भावना मनात दाटल्या होत्या. प्रत्येक खोलीत दोन मुलींची व्यवस्था होती. त्याकाळी पंखा वगैरे असण्याची शक्यताच

नव्हती. एप्रिल महिना वगळता पुण्याची हवा वर्षभर आल्हाददायक असायची. तेव्हा पुणं सायकलींचं शहर होतं. विद्यापीठाच्या आवारात ठरावीक वेळी येणाऱ्या कॉर्पोरेशनच्या बसेस आणि क्वचित येणाऱ्या ऑटो रिक्षा सोडून वाहनांची बिलकुल गजबज नव्हती. आम्ही मुली नेहमी वसतिगृहापासून मुख्य प्रवेशद्वारापर्यंत चालत जायचो. गेटबाहेर कोपऱ्यावर उसाच्या रसाची टपरी आणि एरवी चहाच्या एकदोन टपऱ्या असायच्या. गेटपासून समोर नजर पोहोचेल इथपर्यंत विद्यापीठ रस्ता पसरलेला दिसायचा. त्यावर दुतर्फा वर्षानुवर्षे ध्यानस्थ उभ्या असलेल्या प्रचंड वडाच्या झाडांची थंड सावली! कित्येक रविवारी गप्पा मारत रमत-गमत आम्ही डेक्कन जिमखान्यापर्यंत केव्हा पोचलो, ते कळायचे नाही. संभाजी पार्कमध्ये मनसोक्त भेळ खाऊन परतताना डेक्कनच्या बसस्टॉपवरून बस पकडायचो. अशा आऊटिंगचं सुख आम्हाला अनेक आठवडे पुरायचं. आता कधी ५० वर्षांनंतर विद्यापीठात फेरफटका मारावासा वाटला, तर पूर्वीचे सुखमय दिवस आठवून 'ते हि नो दिवसो गतः' अशी हळहळ वाटल्याशिवाय राहात नाही. विद्यापीठ रस्त्यावर कोणत्याही उत्तुंग इमारती नसल्यामुळे बसमधून आम्हाला चतुःशृंगी टेकडीवरचं मंदिर दिसायचं आणि खुणवायचंही. पुण्याच्या सभोवतालच्या सर्व टेकड्या पालथ्या घालायच्या हे आम्ही मनोमनी ठरवलं होतं.

आमच्या हॉस्टेलपासून सर्वात जवळची चतुःशृंगी टेकडी. साहजिकच तिथे आम्ही पहिला हल्लाबोल करायचा ठरवलं. या टेकडीवर चतुःशृंगी मातेचं मंदिर आहे. त्या विषयीची आख्यायिका प्रचलित आहे. शिवाजीमहाराजांच्या काळात एका व्यापाऱ्याच्या स्वप्नात येऊन देवीनं हे मंदिर बांधण्याची आज्ञा केली. त्यानुसार त्या व्यापाऱ्यानं हे मंदिर बांधलं. ही टेकडी आमचं आवडतं पिकनिकचं ठिकाण होतं. विद्यापीठाच्या कँटीनमधून बटाटे वडे आणि भजी, असले चटकमटक पदार्थ घेऊन आमच्या स्वाऱ्या निघायच्या. त्या काळात टेकडीवर देवीचं छोटंसं मंदिर आणि जवळपास एकदोन मंदिरं एवढंच काय ते होतं. मंदिराबाहेर पाण्याचे माठ भरून ठेवलेले असायचे. इतर कसल्याच गोष्टी उपलब्ध नव्हत्या. आजची प्रवेशद्वाराजवळची प्रचंड कमान, मंदिरापर्यंत जाणाऱ्या प्रशस्त शंभर पायऱ्या यापैकी काहीही नव्हतं. अनेक ठिकाणी उखडलेल्या छोट्या दगडी पायऱ्यांची वेडीवाकडी चढणं काय ती होती. सभोवती घोंगावणारा झंझावाती वारा अंगावर घेत पायऱ्या चढण्याची मजा काही औरच होती. टेकडीच्या माथ्यावरून सरळ पलीकडे चालत गेल्यास पाषाणात पोहोचू हे माहीत होतं. अनेकदा ते धाडस करायची तीव्र इच्छा व्हायची; पण प्रत्यक्ष कृती करायचं धैर्य होत नव्हतं. नवरात्रात हा सारा परिसर गजबजलेला असायचा. पुणे शहराच्या निरनिराळ्या भागातून पीएमटीच्या स्पेशल बसेस असायच्या. आम्ही मैत्रिणी नवरात्रात आवर्जून देवीच्या दर्शनाला जात असू. देवीचा फुलांनी केलेला शृंगार पाहून मन प्रसन्न व्हायचं.

पुण्याच्या परिसरात सर्वांत उंच टेकडी म्हणजे 'वेताळ टेकडी'. तिची उंची सुमारे २६०० फूट तरी असेल. या टेकडीवर वेताळाचं प्राचीन मंदिर आहे. त्यामुळेच या टेकडीचं नाव वेताळ टेकडी असं प्रचलित झालं असावं. ही टेकडी पुणे विद्यापीठापासून फार लांब नाही. परंतु १९६४ साली सेनापती बापट रोडचं काम चालू होतं. अद्याप रस्त्यावर दिव्याचे खांब नव्हते. जवळपास वडारवाडीसारख्या वस्त्या असल्यामुळे फारशी रहदारीही नव्हती. आम्हा वसतीगृहातल्या मुलींना त्या बाजूला फिरकायची सक्त मनाई होती. त्यामुळे वेताळ टेकडीवर वेताळाचंच साम्राज्य असावं, अशी आम्ही सोईस्कर समजूत करून घेतली होती. आज या टेकडीवर 'ऑटोमोटिव्ह रिसर्च सेंटर असोसिएशन ऑफ इंडिया' यासारखी महत्त्वाची संस्था उभी आहे. त्यातर्फे बांधलेल्या ऑब्झर्वेशन डेकवरून पुण्याचं चौफेर दर्शन घेता येतं. शिवाय सायकलिंग आणि योगासारखे व्यायाम करणाऱ्यांची ही टेकडी प्रमुख आकर्षण बनली आहे.

डेक्कन जिमखाना हे आमचं आवडतं भटकण्याचं ठिकाण. बहुधा रविवारी आमची फेरी असायची. किरकोळ खरेदी, संभाजी पार्कमधली भेळ आणि क्वचित आईस्क्रिम एवढीच चैन आमच्या पर्सला परवडायची. परतताना बसला बऱ्यापैकी गर्दी असायची. एकदा उत्साहाच्या भरात मी रांगेतून पुढे सटकले. आपण बाजी मारली या आनंदात मी मश्गूलहोते. अचानक माझ्या हाताला छत्रीच्या दांड्याचा विळखा पडला. वळून पाहिलं तर काळा कोट, स्वच्छ पांढरं धोतर, काळी टोपी अशा खास पुणेरी वेशात माझ्या वडिलांच्या वयाचे एक सद्गृहस्थ काही न बोलता केवळ इशाऱ्यानं व छत्रीच्या दांड्यानं माझी चूक समजावून देत होते. मला कमालीची लाज वाटली. पुण्यातली शिस्त व त्याबद्दलची जागरुकता याचा अनुभव मला वेळोवेळी येत गेला. त्यावेळी बसमध्ये महिलांना पुरुष उठून जागा देत असत. कर्नाटकातल्या चिकोडी गावातून आलेल्या मला याचं अप्रूप वाटायचं.

एखाद्या रविवारी फारसा अभ्यास नसल्यास भल्या पहाटे आमच्या स्वाऱ्या पुण्याच्या मोहिमेवर निघायच्या. चतुःशृंगीनंतर आमचं आवडतं ठिकाण म्हणजे पर्वती. ही पुण्यातील ऐतिहासिकदृष्ट्या महत्त्वाची टेकडी. टेकडीवर पेशवेकालीन देव-देवतांचे मंदिर आहे. पेशव्यांनी मंदिरात पोहोचण्यासाठी काळ्या पाषाणातल्या रुंद आणि चढायला सोप्या अशा १०३ पायऱ्या बांधल्या आहेत. त्या अजूनही उत्तम स्थितीत आहेत. पेशवे मेण्यातून दर्शनाला जात असत. पहिला पेशवा बाळाजी बाजीराव यांची समाधी इथं असल्याने विशेष ऐतिहासिक महत्त्व प्राप्त झाले आहे. विठ्ठल-रुक्मिणी, विष्णू, कार्तिकेय यांचीही मंदिरे आहेत. एका दमात सर्व पायऱ्या चढून जाण्याचा अभिमान आजही कित्येक वयस्कांना आहे. आज मात्र नित्यनेमानं व्यायाम करणाऱ्यांसाठी पर्वती आवडतं ठिकाण आहे. पर्वतीसाठी विद्यापीठातून निघणारी पहिली बस आम्ही पकडत असू.

डेक्कनवरून दुसरी बस पकडून पर्वती पायऱ्या गाठायच्या आणि जवळ जवळ धावत, पळत जाऊन पायऱ्या चढून सूर्योदयाचं सुंदर दृश्य पहायची आमची मनोकामना पूर्ण व्हायची. उगवत्या भास्कराला नमस्कार करण्यात अभूतपूर्व आनंद लाभायचा. विशेषतः टेकडीवरून दिसणारं पुण्याचं दर्शन नयनरम्य असायचं. हिरवाईची शाल आणि धुक्याची दुलई लपेटून पुणं गुपचूप पहुडलेलं असायचं. आज पर्वतीच्या उतारावर जिकडेतिकडे पसरलेल्या बेकायदा, बेसूर वस्त्यांचा मागमूसही नसायचा. या वस्त्या म्हणजे वाढत्या शहरीकरणाचा अपरिहार्य भाग आहे, हे मान्य करावेच लागेल. तरीपण पर्वतीला असणारं ऐतिहासिक वेगळेपण टिकवण्यासाठी महाराष्ट्रातील कोणताच राजकीय पक्ष प्रयत्न करत नाही, याची मात्र खंत वाटते.

फर्ग्युसन कॉलेजजवळची टेकडी म्हणजेच हनुमान टेकडी. याचं आम्हाला एक वेगळंच आकर्षण होतं. तारुण्याच्या उंबरठ्यावर ना. सी. फडकेंच्या कादंबरीचं पारायण झालं होतं. त्यातल्या अनेक प्रेमी युगुलांनी ही टेकडी अजरामर केली आहे. या टेकडीने आमच्या मनातला एक खास कप्पा व्यापला नसेल तरच नवल! ही खडकाळ टेकडी फर्ग्युसनपासून बी.एम.सी.सी.पर्यंत पसरली आहे. दोन्ही कॉलेजमधील तरुण जोडप्यांना भेटण्यासाठी याखेरीज दुसरी कोणती निवांत जागा असू शकते? सकाळच्या वेळेस मात्र डेक्कन परिसरातल्या सर्व भागांतून फिरण्यासाठी सर्व वयोगटांतील लोकांची इथं रीघ लागलेली असते. यापैकी अनेकांनी या खडकाळ टेकडीवर स्वयंसेवेने झाडं लावली आहेत आणि टेकडीवरच्या पाण्याच्या टाकीतून जलसिंचन करून कसोशीनं जोपासली आहेत. टेकडीवर महाराष्ट्रातल्या एका थोर सामाजिक आणि राजकीय नेत्याचं, श्री. गोपाळकृष्ण गोखले यांचं स्मारक आहे. खुद्द महात्मा गांधी त्यांना आपले राजकीय गुरू मानत. एक जुना टॉवर वजा पॅगोडा आजही इथं उभा आहे. टेकडीवर छोटंसं हनुमान मंदिर असल्यामुळं याचं हनुमान टेकडी हे नामकरण होणं साहजिकच होतं. या टेकडीवर मनसोक्त भ्रमंती करून फडक्यांच्या कादंबरीतल्या अनेक भावूक प्रसंगांना उजाळा दिल्याचं मला आजही आठवतं. मैत्रिणींच्या सहवासात घालवलेले असे क्षण इथल्या आयुष्यातले सोनेरी क्षण असतात यात शंका नाही.

त्या काळात बाणेर टेकडी किंवा तळजाई टेकडी आमच्या अवाक्यात नव्हती. बाणेर टेकडीवरचं शिवमंदिर पुरातन आहे. तेव्हा आजच्यासारखे रस्ते नव्हते. नुसत्या पायवाटा होत्या. सहकारनगरजवळच्या तळजाईला जायचं, तर आजच्या भाषेत 'जंगल सफारी'च म्हणावं लागेल. या टेकडीचं सौंदर्य पावसाळ्यात खुलत असे. बुलबुल, मैना, घुबड, हॉर्नबिल, रॉबिन अशा अनेक पक्ष्यांचं निवासस्थान म्हणून प्रसिद्धी होती. आजही इथल्या परिसरात मोर व ससे पहायला मिळतात. टेकडीवर प्राचीन तळजाई देवीचं मंदिर आहे. नवरात्रात दर्शनासाठी बरीच गर्दी असते. पेशव्यांच्या काळापासून फुलांच्या बाजारासाठी

गुलटेकडी प्रसिद्ध आहे.

अशी ही पुण्यनगरी चहुबाजूंनी नयनरम्य टेकड्यांनी वेढली आहे. किंबहुना या टेकड्यांच्या कुशीत ती विसावलेली आहे, असंच म्हणावं लागेल. पुण्याच्या सांस्कृतिक जीवनात टेकडी संस्कृतीचा फार मोठा सहभाग आहे. या टेकड्यांवरचे देवीदेवतांचे उत्सव, जत्रा यांचा पुरातन काळापासून पुण्याच्या सांस्कृतिक जीवनात महत्त्वाचा वाटा आहे. शिवाय या टेकड्यांनी पुणेरी लोकांनां नियमित फिरण्याची, व्यायाम करण्याची मोठी संधी उपलब्ध करून दिली आहे. त्यांच्या दैनंदिन जीवनाचा या टेकड्या अविभाज्य भाग झाल्या आहेत आणि म्हणूनच त्यांचं अस्तित्त्व आणि महत्त्व टिकून आहे.

(साहित्यप्रेमी भगिनीमंडळाच्या हस्तलिखित स्पर्धेसाठी लिहिलेला लेख)

●●●

पाऊस आणि पर्यावरण

पाऊस ही पर्यावरणातली एक अनियंत्रित घटना आहे. त्यामुळे जगभरातल्या सर्वच देशांना पावसाच्या लहरीपणाला कमी-जास्त प्रमाणात सामोरं जावं लागतं. परंतु भारतासारख्या पूर्णपणे मान्सूनच्या पावसावर अवलंबून असणाऱ्या देशात मात्र 'पाऊस' हा जीवनमरणाचा प्रश्न होऊन बसतो. मे महिना उजाडला की, पावसाबद्दलचे अंदाज सुरू होतात. पाऊस हा विषय सर्वव्यापी होतो. राजकारण्यांपासून शेतकऱ्यांपर्यंत, श्रीमंतांपासून गरीबांपर्यंत प्रत्येकाच्या आयुष्याला हा पाऊस स्पर्श करतो. त्याच्या वेळेवर न येण्याची झळ सर्वांनाच जाणवते. अशा वेळी हवामान खात्याला जणू दैवी शक्ती प्राप्त होते. त्यांच्या अंदाजानुसार आपली आयुष्यं दोलायमान होऊ लागतात. पाऊस लांबल्याची चिन्हं दिसू लागताच आपण इकडे त्याचा धावा करू लागतो आणि तिकडे बिचारा पाऊस कधी अल् निनोच्या क्रूर विळख्यात अडकलेला असतो, तर कधी जास्त दाबाचा पट्टा, कमी दाबाचा पट्टा या हवामानाच्या लहरीनुसार दिशा बदलत राहतो. गेल्या तीन वर्षांत भारताच्या अनेक भागांत पाऊस रुसून गायब झाला होता. मराठवाडा भागात दुष्काळ ठाण मांडून बसला होता. इतरत्रही पिण्याच्या पाण्याची तीव्र टंचाई निर्माण झाली होती. टँकरचा आवाज म्हणजे जणू आकाशवाणी व्हावी त्याप्रमाणं माणसं हंडाभर पाण्यासाठी सैरावैरा धावताना दिसत होती. हतबल आणि कर्जबाजारी शेतकऱ्यांच्या आत्महत्येच्या बातम्या वाचून आपण सामान्य माणसं सुन्न होत होतो. राजकारण्यांची सहसंवेदना राजकारणापुरतीच मर्यादित झालेली जाणवत होती. अशा वेळी नाना पाटेकर आणि मकरंद अनासपुरे या कलाकारांनी 'नाम' फाऊंडेशनची स्थापना करून समाजासमोर एक उत्तम आदर्श निर्माण केला आहे.

हा रुसलेला पाऊस परत आला की, माणसं, पशुपक्षी यांच्याबरोबरच तृषार्त धरणीची तहान भागलेली असते. हा पाऊस पडतो म्हणजे आभाळातून पाणी झरतं आणि सारं चराचर सुस्नात होतं. स्वच्छ आणि प्रफुल्लित होतं, एवढाच याचा अर्थ नसतो. तर हा पावसाच्या झरण्यातून पाझरतो एक प्रकारचा विश्वास. याच्या आमगनानं शेतशिवारं नवी हिरवाई पांघरून डोलू लागतात. शेतकऱ्यांची पेरणीसाठी लगबग सुरू होते. गाईगुरं आनंदानं हंबरू लागतात. पक्ष्यांच्या किलबिलाटानं वातावरण नादमय होऊन जातं. पाऊस सगळ्यांच्याच जगण्याचा आधार असतो. आपल्याला मिळणारा प्रत्येक श्वास, भोवतालच्या पर्यावरणाचे उसासे आणि असंख्य जीवजिवाणूंनीही भरलेलं अवघं चराचर ही सारी सृष्टीची किमया साकारणारा किमयागार 'पाऊस'च आहे.

आपल्या आगमनानं सर्वांना आनंदित करणाऱ्या पावसाची स्वत:चीही कैफियत आहे. तीही आपल्याला समजून घ्यायला हवी. कारण लहरी आणि बिनभरवशाच्या मान्सूनसाठी आपण माणसंच कारणीभूत आहोत. सुदैवानं या संदर्भात पर्यावरणातल्या प्रचंड असमतोलाबाबत अलीकडच्या काही वर्षांत सखोल विचार सुरू झाला आहे. जगभरातल्या वातावरण शास्त्रज्ञांनी भाकीत केलं आहे की, अशीच परिस्थिती चालू राहिली तर २०२५ पर्यंत भारतात मोठ्या प्रमाणात पाण्याचं दुर्भिक्ष निर्माण होणार आहे. नद्या आणि धरणांच्या पाणीवाटपावरून मोठी जनआंदोलनं होण्याची शक्यता आहे. कृष्णा नदीच्या पाणी वाटपावरून महाराष्ट्र आणि तेलंगणातला तिढा आणि कावेरी नदीच्या पाण्यामुळे पेटलेला कर्नाटक आणि तामिळनाडूमधला संघर्ष ही ताजी उदाहरणं आपल्या डोळ्यांसमोर आहेत. भविष्यकाळात अशा घटना टाळण्यासाठी शासनाला ठोस पावलं उचलावी लागतील.

आपल्या देशातल्या छोट्या छोट्या शेतांसाठी पूरक ठरतील अशा नव्या योजनांचा विचार करावा लागेल. पुरेशा पावसासाठी जंगलतोड थांबवणं आणि नव्या जंगलांची निर्मिती करणं हे पहिलं महत्त्वाचं पाऊल आहे. पाऊस पुरेसा पडला, तरी त्या पावसाचा थेंब न् थेंब साठवणं तेही अत्यंत गरजेचं आहे. पाण्याचे नैसर्गिक स्रोत पुनर्निर्मित करणं हा महत्त्वाचा भाग आहे. या संदर्भात रोहिणी निलेकणी आणि माला सुब्रह्मण्यम् यांची 'अर्घ्यम्' (अ फाउंडेशन फॉर वॉटर अँड सॅनिटेशन) ही सेवाभावी संस्था बहुमोल कामगिरी करत आहे. त्यांच्या 'नैसर्गिक पाण्याचे स्रोत पुन: कसे पुनरुज्जीवित करता येतील?' या लेखातली दोन उदाहरणं मार्गदर्शक ठरावीत अशी आहेत. पहिलं असं, की सर्वसाधारण जनतेची अशी कल्पना असते की, भूमिगत पाण्याचे साठे कधीही न संपणारे आहेत आणि म्हणूनच भूमिगत पाण्याचे स्रोत आटत चालले आहेत. एका सर्वेक्षणावरून असं आढळून आलं आहे की, एकटा भारत दरवर्षी अमेरिका आणि चीन यांच्याकडून एकत्रित होणाऱ्या या भूमिगत पाण्याच्या वापरापेक्षा जास्त पाणी वापरतो. याचे अनिष्ट परिणाम दुष्काळाच्या

वेळी गंभीरपणे जाणवतात, हे या वर्षीच्या उन्हाळ्यात सर्वांनी अनुभवले आहे. म्हणूनच हे भूमिगत स्रोत पुनरुज्जीवित करण्यासाठी अनेक स्तरावर काम करणं आवश्यक आहे. आता अखिल भारतीय स्तरावर ग्राउंड वॉटर लॉ करण्याची गरज आहे. पावसाचं पाणी साठवण्यासाठी आणि ते पुन्हा जमिनीत मुरवण्यासाठी अनेक उपक्रम राबविण्याची आवश्यकता आहे. खालील चित्रात दाखवल्यानुसार गाव पातळीवर छोटे कालवे खोदून वाया जाणाऱ्या पुराचं पाणी साठविता येईल. त्यामुळे तळ्यांना आणि विहिरींना पाणी मिळू शकेल. घरोघरी रेन वॉटर हार्वेस्टिंगचा उपक्रम राबवणं हे प्रत्येक नागरिकानं आपलं कर्तव्य मानलं पाहिजे. गावोगावी नवी तळी निर्माण करणं, नव्या विहिरी बांधणं आणि जुन्यांचा गाळ काढून त्यांचं पुनर्निर्माण करणं अशा योजनांचं जाळं देशभर पसरायला हवं, या संदर्भात महाराष्ट्रातील 'जलशिवार' योजना, केरळमधील 'जलसुरक्षा' योजना, तेलंगणातील 'इंदिरा जलप्रज्ञा' योजना ही काही ठळक उदाहरणं समोर येतात.

निलेकणी यांच्या लेखातलं दुसरं उदाहरण अचंबित करणारं आहे. केवळ भारतातलंच नव्हे तर जगातलं सर्वांत अधिक पावसाचं ठिकाण, मेघालय राज्यातलं चेरापुंजी शहर सर्व परिचित आहे. येथे वार्षिक सरासरी पाऊस ११,४३० मि.मी. एवढा असतो. आजूबाजूला फिरणाऱ्या ढगांना आपण चक्क स्पर्श करू शकतो! इथल्या पावसाचा उल्लेख सतत ७ दिवस, ९ दिवस, १२ दिवस कोसळणारा पाऊस असा होतो. असं असूनही इथली जमीन लाइमस्टोनच्या खडकानं बनलेली असल्यामुळं जमिनीत पुरेसं पाणी मुरत नाही. पावसाचं पाणी शेजारच्या बांगलादेशात वाहून जाते. ऑक्टोबरमध्ये पाऊस संपला रे संपला की, पाण्याचे साठे आटू लागतात आणि त्यामुळं हिवाळ्यात फक्त दोन तास पाणी पुरवठा होत असे. मेघालय सरकारनं २०१० मध्ये 'इको-रिस्टोरेशन प्रोजेक्ट' सुरू केला. त्याचं स्थानिक नाव 'सोहरा'. लोकांच्या मदतीनं मोठ्या प्रमाणात झाडांची लागवड केली. हळूहळू जंगल कव्हर वाढलं आणि पाण्याची टंचाई कमी झाली. भारतभर अशा भगीरथ प्रयत्नांची युद्धपातळीवर गरज आहे. असे प्रयत्न सुरू केल्यानंतर त्याचे परिणाम दिसायला किमान दोन वार्षिक हायड्रॉलॉजिकल सायकल्सची गरज असते.

प्रसिद्ध कवि दासू वैद्य म्हणतात, "पावसात भिजला नाही तो माणूस नाही आणि पावसावर कविता लिहिली नाही तो कवी नाही." आता याला नवी पुस्ती जोडावी लागेल. "पावसाळ्यात जलसंधारणेचं काम हाती घेतलं नाही असा गाव नाही." तरच आपला देश खऱ्या अर्थानं 'सुजलाम् सुफलाम्' होईल, अशी आशा आहे.

(साहित्यप्रेमी भगिनीमंडळाच्या हस्तलिखित स्पर्धेसाठी लिहिलेला लेख)

•••

फुलांची सोबत - जन्मापासून मृत्यूपर्यंत

'पुष्पम् समर्पयामि' हा कोणत्याही पूजेचा महत्त्वाचा उपचार असतो. शिवाय प्रत्येक देवदेवतांचं प्रिय फूल वेगळं. शंकराला बेलपानाबरोबर पांढऱ्या फुलांची सजावट आवडते. तर त्याच्या आवडत्या पुत्राला, गणेशाला जास्वंदीचं लालभडक फूल हवं असतं. लक्ष्मीला उमललेल्या कमळात स्थानापन्न व्हायला खूप आवडतं. म्हणूनच सुखसमृद्धीचं प्रतीक असणाऱ्या या कमल पुष्पाला राष्ट्रीय फुलाची मान्यता मिळाली आहे. विष्णू भगवान हा सर्वांचं कल्याण साधणारा देव असल्यामुळं तो बहुधा उदारमतवादी असावा. त्याच्या पूजेला सर्व प्रकारची फुलं चालतात. अशी ही देव-देवतांचीसुद्धा फुलांविषयी खास आवडनिवड असते बरं का!

मानवी जीवनातला पहिला महत्त्वाचा संस्कार म्हणजे 'बारसं.' अर्थात् नामकरण. या मंगल प्रसंगी प्रत्येकाला आपली विशिष्ट ओळख प्राप्त होते. ज्या पाळण्यात नवजात बाळाला ठेवलं जातं, तो पाळणा रंगीबेरंगी फुलांनी सजविलेला असतो. कृत्रिम फुलांची सजावट आणि विद्युत रोषणाई हे नंतर आलेले सोपस्कार. उपस्थित मुली-स्त्रिया केसात सुगंधित फुलांचे गजरे माळतात. सर्वत्र या फुलांचा सुवास दरवळत असतो. नैसर्गिक अत्तर, गुलाब पाण्याच्या शिडकाव्यामुळं हा सुगंध द्विगुणित होतो. आपली फुलांची ओळख आणि सोबत या समारंभापासून होते आणि मग आयुष्यातल्या निरनिराळ्या टप्प्यांवर ही फुलं आपला आनंद वाढवत रहातात.

या संदर्भात बालपणीची एक आठवण माझ्या मनात पक्की कोरलेली आहे. खेडेवजा गावातल्या आमच्या वाड्यात माझ्या वडिलांनी सुंदर बगीचा तयार केला होता. पारिजात, चंपक, जाई, जुई, मोगरा, गुलाब अशा सर्व सुगंधी फुलझाडांची आवर्जून जोपासना केली

होती. श्रावणात 'बहरला पारिजात दारी' आणि 'फुलेही पडती आमुच्याच दारी' अशीच अवस्था होती.

माझी आई शंकराला दररोज एक लक्ष फुलं वाहायचं व्रत करत असे. आम्हा मुलांना ही मोठीच पर्वणी होती. भल्या पहाटे प्राजक्ताच्या झाडाखाली शुभ्र फुलांचा गालिचा पसरलेला असे आणि त्यावर नारिंगी रंगाची कलाकुसर. हे दृश्य पाहताच आम्ही मुलं आनंदून-हरखून जायचो. जवळपासची मुलं-मुलीही जमायची. पाहता पाहता तांब्याच्या लखलखीत परातीत शुभ्र पारिजातकाचा ढीग बनत असे. लक्ष फुलांची मोजणी झाल्यानंतर प्रत्येकाला पेलाभर गरम दूध आणि एक लाडू बक्षीस मिळत असे. त्यावेळच्या निर्भेळ, निर्व्याज वातावरणात असे हे सहजीवनाचे पाठ सहजगत्या मिळत होते.

विवाहसमारंभ हा एक मानवी जीवनातला महत्त्वाचा टप्पा देवा-ब्राह्मणांच्या आणि पवित्र अग्नीच्या साक्षीनं हा समारंभ संपन्न होतो. या धार्मिक संस्काराची सुरुवातच मुळी वधू-वरात पुष्पहारांची देवाणघेवाण करून होते. या पुष्पहाराला 'वरमाला' असं सूचक नाव असण्याचं कारण म्हणजे रामायण-महाभारत काळात वधूला वर निवडण्याचा अधिकार होता. आसेतू हिमाचल स्थलकालानुसार विवाहविधीत थोडाफार फरक असला, तरी वस्त्रालंकारांनी नटलेल्या आणि पुष्पमाला हातात घेऊन उभी असलेल्या सलज्ज वधूचं विलोभनीय चित्र मात्र एकमेवाद्वितीय असंच असतं. स्वागतद्वार, विवाह मंडप आणि सर्व परिसर रंगीबेरंगी फुलांच्या माळांनी सजलेला असतो. प्रत्येक विवाह समारंभात रंगगंधयुक्त फुलांचं अस्तित्व सर्वव्यापी असतं. श्रावण मासापासून दसरा दिवाळीपर्यंत प्रत्येक सण समारंभावरही फुलांचंच अधिराज्य असतं. नववधूच्या मंगळागौरी पूजेला मोगरा, निशिगंध, चाफा या सुवासिक फुलांबरोबरच कमळ आणि केवडा यांचीही खास हजेरी असते.

गौरी-गणपतीच्या दिवसांत मात्र लाल जास्वंद राजाच्या थाटात मिरवत असतो. जास्वंद फूल गणेशाच्या माथ्यावर विराजमान असते आणि मोगरा, जाई-जुईचे गजरे, हार मानवंदना देत असतात.

दसऱ्यापासून दिवाळीपर्यंत मात्र पिवळे केशरी झेंडू आणि रंगीबेरंगी शेवंती यांचंच जणू राज्य असतं. खासकरून देवींच्या मंदिरात या फुलांचा शृंगार समारंभ असतो. घरादारावरही या फुलांच्या माळा लटकलेल्या दिसतात. दिवाळीतल्या लक्ष्मीपूजेसाठी झेंडूचे ढीग लागलेले असतात. सर्वत्र या फुलांच्या पिवळ्या-केशरी रंगांची सुंदर छटा पसरलेली दिसते. झेंडूच्या फुलांच्या हारात गुंफलेल्या आंब्याच्या पानांची हिरवीगार छटा फारच खुलून दिसते.

खरं तर गुलाबाला 'फुलांचा राजा' असं म्हटलं जातं. गुलाबाच्या विविध जाती आणि मनोहारी रंग अत्यंत आकर्षक असतात; पण मला वाटतं गुलाबाचं खरं सौंदर्य

दिवाणखान्यातल्या फुलदाण्यातच खुलून दिसतं. प्रेम व्यक्त करण्यासाठी गुलाबाची फुलं देण्याची रोमँटिक प्रथा फार जुनी आहे. आज ती फ्रेंडशिप डे, रोझ डे, व्हॅलेंटाइन डे या नव्या स्वरूपात दाखल झाली आहे एवढंच!

बनारस हे शहर काशी विश्वनाथाच्या मंदिराबरोबरच तिथल्या हिंदुस्थानी संगीत-नृत्य परंपरेशी प्रसिद्ध आहे. तिथे वसंतोत्सव समारंभात 'गुलाबबाडी' नावाचा एक खास कार्यक्रम असतो. ही सकाळची संगीत बैठक असते. सर्व गायक, वादक आणि प्रेक्षक शुभ्र पेहरावात उपस्थित असतात. सर्वांचं स्वागत गुलाबाच्या पाकळ्या उधळून आणि गुलाबाच्या अत्तरानं केलं जातं. एके वर्षी बिस्मिल्ला खाँ यांचे शहनाईवादन ऐकण्याचं सौभाग्य आम्हाला मिळालं. सुगंधी वातावरणात त्यांचे सूर स्वर्गीय अनुभूती देऊन गेले. गानतपस्विनी मोगुबाई कुर्डीकर यांच्या मैफिलीत व्यासपीठावर फुलांची सजावट असलीच पाहिजे, असा त्यांचा आग्रह असे. असं हे नाद गंधाचं अनोखं नातं रसिकांनी युगानुयुगं जपलं आहे. म्हणूनच आपल्या जीवनाच्या अनेक सुखाच्या टप्प्यावर सुंदर फुलांची पसरण पहायचं भाग्य लाभतं आणि आयुष्याच्या शेवटच्या टप्प्यावर जगाचा निरोप घ्यायची वेळ येते, तेव्हासुद्धा प्रत्येक माणसाचे सगेसोयरे, मित्रपरिवार आपली श्रद्धांजली वाहण्यासाठी ओंजळभर फुलांचाच आधार घेतात.

हीच फुलं मृत्यूनंतरच्या अगम्य वाटेवरही आपली सोबत करतात. न जाणो ही पवित्र सुगंधी सोबत माणसाला चिरशांतीच्या जगात पोचवतही असेल...!

(साहित्यप्रेमी भगिनीमंडळाच्या हस्तलिखित स्पर्धेसाठी लिहिलेला लेख)

●●●

पक्षी जाय दिगंतरा

पंखांना बळ तुझे...
खग इत्युच्यते यस्मात्
स्वैरमेतस्य स्वे गतिः ।
ऋतुमान - विकारेण
खगानां विषयान्तरम् ॥

पक्ष्यांचे स्थलांतरण आणि त्यासाठी त्यांना करावा लागणारा शेकडो-हजारो मैलांचा प्रवास हे पक्षी जगातले अद्भुत रहस्य आहे. तसेच पक्षीशास्त्राचे ते एक प्रमुख अंगही आहे. ऋतू परिवर्तनानुसार त्यांचे स्थलांतर अगदी नियमितपणे चालू असते. युगानुयुगे पक्ष्यांची ही परिक्रमा चालू आहे. त्यामुळे मानवाला या विषयी उत्सुकता असणे स्वाभाविक आहे. अनेक वर्षांच्या निरीक्षणानंतर आणि संशोधनानंतरही पक्ष्यांच्या या विलक्षण अंगभूत सामर्थ्याचे अचूक विश्लेषण करणे पक्षीतज्ज्ञांनाही जमलेले नाही. थेट आर्क्टिक प्रदेशातून दक्षिण ध्रुवीय प्रदेशापर्यंत धडक मारण्याची किमया काही पक्ष्यांना कशी साध्य झाली, हे कोडे पूर्णपणे उलगडलेले नाही. शास्त्रज्ञांनी काही शक्यता मात्र सांगितल्या आहेत.

1) पृथ्वीच्या चुंबकत्वाविषयी पक्ष्यांची सूक्ष्म संवेदनशीलता.

2) लांबवरच्या स्थलचिन्हांची दृष्टिद्वारा अचूक ओळख ठेवण्याची क्षमता.

काही शास्त्रज्ञांच्या मते दिवसा सूर्याच्या मदतीने आणि रात्री ताऱ्यांच्या सहाय्याने पक्ष्यांना प्रवासाची दिशा मिळत असावी.

थंडीपासून संरक्षणासाठी अतिथंड प्रदेशातील प्राणी शीतनिष्क्रियेतेचा (हायबरनेशन)

अवलंब करतात. तसेच थंडीपासून संरक्षणासाठी पक्ष्यांसाठी ही निसर्गाची अवस्था आहे. अन्न, पाणी, निवारा या त्यांच्या मूलभूत गरजा भागविण्यासाठी पक्षी स्थलांतर करतात. शीतकालात आर्क्टिक प्रदेशातून दक्षिण गोलार्धातील ग्रीष्म ऋतू प्रदेशात स्थलांतर करणे हाच पक्ष्यांसाठी उत्तम पर्याय असू शकतो. यामुळे अन्न, प्रजनन आणि संवर्धन या गोष्टी पक्ष्यांना साध्य होऊ शकतात. स्थलांतर करताना हे पक्षी मार्गातल्या पाणथळ, ऊबदार ठिकाणी मुक्काम करणं पसंत करतात. या ठिकाणी त्यांचे प्रमुख अन्न - कीडेमकोडे मोठ्या प्रमाणात उपलब्ध असतात. त्यामुळेच राजस्थानातील भरतपूर, ओरिसातील चिल्का सरोवर, महाराष्ट्रातल्या नवी मुंबईजवळच्या पाणथळ जागा (मार्श लँड्स), भिगवण येथील उजनी धरणाचा परिसर या ठिकाणी हिवाळ्याच्या सुरुवातीपासूनच स्थलांतरित पक्ष्यांची मोठ्या संख्येने उपस्थिती असते. यामध्ये सैबेरियातले सारस पक्षी (क्रेन्स), उत्तर ध्रुवीय कुररी (आर्क्टिक टर्न), दक्षिण अमेरिकेतले फ्लेमिंगोज, पेंटेड स्टॉर्क्स असा लांब पल्ल्यांचा प्रवास करणारे पक्षी आढळतात. भारतातले त्यांचे वास्तव्य बहुधा नोव्हेंबर ते जून या दरम्यान असते. आर्क्टिक टर्न यांच्या येण्या-जाणाऱ्या भरारीचं अंतर १७,७४२ कि. मी. असं थक्क करणारं आहे. रेड नॉट हा सायबेरियातून लांब पल्ल्याची सफर करणारा आणखी एक पक्षी. तो येताजाता १६,००० कि.मी. प्रवास करून थेट आफ्रिकेच्या पश्चिम किनाऱ्यावर पोचतो. काही वर्षांपासून महाराष्ट्रातील ठाणे खाडीच्या (ठाणे क्रीक) परिसरात फ्लेमिंगो पक्ष्यांनी कायमचे वास्तव्य केल्याचे दिसून येते. महाराष्ट्र सरकारने या खाडीला फ्लेमिंगो अभयारण्याचा दर्जा दिलेला आहे. या सर्व स्थलांतरित पक्ष्यांना पाहण्यासाठी पर्यटकांची मोठी गर्दी असते. त्यामुळे वन्यजीव पर्यटकांप्रमाणेच अलीकडच्या काळात पक्षीपर्यटनाचीही झपाट्याने वाढ होते आहे. त्या त्या भागातील युवकांना 'बर्ड गाईड' म्हणून प्रशिक्षित केले जाऊ लागले आहे. त्यामुळे हा नवा रोजगारही उपलब्ध झाला आहे.

फार पूर्वी मुंबई परिसरात सारस क्रौंच पक्षी दिसायचा आता मात्र विदर्भातील भंडारा, गोंदिया भागात सारसाचे वास्तव्य टिकून आहे. सुदैवाने गोंदिया निसर्ग मंडळाने सारस संवर्धन मोहीम राबविली असून त्याला चांगले यश मिळते आहे.

लांब पल्ल्याचा प्रवास सर्व पक्ष्यांना शक्य होत नाही. कारण निसर्गाने आवश्यकतेनुसार त्यांच्या पंखांना ही कुवत दिली आहे. फ्लेमिंगोज, सैबेरियन सारस, आर्क्टिक टर्न इ. पक्ष्यांच्या पंखाचा आकार मोठा असतो आणि गरजेनुसार त्यांनी आपल्या उडण्याच्या क्षमतेचा विकास केला आहे. हवामान हे पक्ष्यांच्या स्थलांतराचे प्रमुख कारण असले, तरी काही वेळा दुष्काळ, पूरस्थिती, भूकंप, त्सुनामी इ. आकस्मिक कारणेही असू शकतात. अशा वेळी त्या भागातील पक्षी मोठ्या संख्येने स्थानिक स्थलांतर करतात.

'राखी धनेश' हा भारतीय पक्षी स्थानिक स्थलांतर करणारा प्रमुख पक्षी आहे.

वृक्षनिवासी धनेश पक्षी क्वचितच जमिनीवर उतरतो. परंतु जंगलातल्या कोणत्या झाडांना केव्हा फळे येतात हे धनेशाला नेमके कळते. अशा फळांच्या शोधात तो स्थानिक स्थलांतर करतो. जंगलातल्या फळांवर ताव मारतो. त्याच्या विष्ठेतून जमिनीवर पडणाऱ्या बिया रुजतात आणि हळूहळू झाडे तयार होतात. धनेशासारखे फळांवर जगणारे हरोळी, बुलबुल, साळुंकी, तांबट, पोपट इत्यादी पक्षी वड, पिंपळ, उंबर, काजरा अशा अनेक जातींची रानटी झाडे आणि वेली यांच्या वाढीस हातभार लावतात. जंगलवाढीसाठी या पक्ष्यांची मोलाची मदत होते. अशा प्रकारे पर्यावरणाचा समतोल राखण्यात या सर्व पक्ष्यांची महत्त्वाची भूमिका असते.

विषम हवामान किंवा आकस्मिक नैसर्गिक संकटे यांमुळे प्रामुख्याने पक्ष्यांना स्थलांतर करावे लागते. परंतु वंश, धर्म, जाती-जमातीच्या आधारावर कित्येक देशांत युद्धजन्य परिस्थिती निर्माण झालेली आहे. मानवाने आपल्या आसुरी महत्त्वाकांक्षेपोटी आपल्याच बांधवांवर स्थलांतराची आपत्ती थोपली आहे. त्यांना दुसऱ्या देशात आश्रिताचे जिणे जगायला भाग पाडले आहे. माणूसप्राणी आपले निसर्गमित्र प्राणी-पक्षी यांच्याकडून काहीच बोध घेणार नाही का?

('साहित्यप्रेमी भगिनीमंडळा'च्या हस्तलिखित स्पर्धेसाठी लिहिलेला लेख)

●●●

माझं वाचन - एक दृष्टीकोन

आयुष्याच्या निरनिराळ्या टप्प्यांवर वेगवेगळ्या साहित्यप्रकारातली पुस्तकं आपल्याला आनंद देत असतात. मुग्धावस्थेत कुतूहल, उत्सुकता, अगम्याची अनिवार ओढ या तारुण्यसुलभ भावनांचा पगडा मनावर असल्यामुळे प्रणयरम्य कथा, कादंबऱ्या आणि साहसपूर्ण ऐतिहासिक कादंबऱ्या वाचण्याकडे ओढा असतो. आज कालमानानुसार या विषयांच्या पुस्तकांचं स्वरूप थोडंफार बदललं असेल एवढंच. या काळात माझ्या पिढीतल्या वाचकांनी ना. सी. फडकेंच्या कादंबऱ्यांचा फडशा पाडला नसेल तरच नवल! नायक नायिकांच्या हळूवार प्रेमाच्या गोष्टी मनाला भुरळ घालत होत्या. वि. स. खांडेकरांची 'ययाति देवयानी'रात्रीचा दिवस करून वाचल्याचे दिवसही तेच होते. ह. ना. आपट्यांच्या ऐतिहासिक कादंबरीतलं 'बलभीमाच्या आसनाखाली' हे चित्तथरारक प्रकरण आजही जसंच्या तसं डोळ्यांसमोर उभं राहतं. त्यातला थरार आठवून अंगावर काटा उभा राहतो. बंकिमचंद्रांची 'आनंदमठ' कादंबरी वाचताना सतत एक प्रकारच्या संमोहनानं भारावल्यासारखं वाटायचं. पुस्तकातल्या व्यक्ती त्यावेळी गौण वाटायच्या. त्यातल्या प्रणयरम्य तसंच गूढ, चित्तथरारक कथानकांचं आकर्षण वाटायचं. त्या ओढीनं भरपूर पुस्तकं वाचून व्हायची. कॉलेजच्या रंगीबेरंगी विश्वात पदार्पण केल्यानंतर इंग्रजी पुस्तकं वाचण्याची संधी मिळाली. शेक्सपियरची नाटकं, विल्यम वर्डस्वर्थच्या अप्रतिम निसर्ग कविता अभ्यासक्रमातच होत्या. टॉलस्टॉयची 'ॲना कॅरेमिना', मग पर्ल बक यांची 'गुड अर्थ' आणि रशियन लेखक बोरीस पॅस्टर नॉकची 'डॉ. झिवागो' या महाकादंबऱ्या वाचल्यानंतर मात्र प्रणयकथांची मनावरची मोहिनी हळूहळू ओसरु लागली. या कादंबऱ्यांचा प्रचंड आवाका आणि

त्यांना लाभलेली वैश्विक पार्श्वभूमी समजून घेताना माझ्या बुद्धीचा अवाका मला प्रयत्नपूर्वक वाढवावा लागत होता. या पुस्तकाचं निवांतपणे, श्रद्धापूर्वक वाचन करणं गरजेचं होतं. त्यातली देशोदेशीची माणसं, त्यांची संस्कृती आणि मुख्य म्हणजे त्यांची प्रचंड जिद्द पाहून मन थक्क होत होतं. पुन्हा पुन्हा वाचल्यानंतर या पुस्तकातल्या उत्तुंग ताकदीची माणसं मला थोडीफार समजू लागली. तेव्हापासून पुस्तकातून 'माणूस' शोधायचा मला छंदच जडला.

प्रौढावस्थेत वाचनाची व्याप्ती वाढली. तसं खऱ्या अर्थानं हळूहळू हा 'माणूस' मला समजायला लागला. माणसातली नातीगोती, रक्तापलीकडची वेगवेगळी नाती, मैत्रभाव, स्त्री-पुरुषातले प्रेमबंध अशा अनेकानेक भावनांचे पदर पुस्तकातून उलगडत जाताना दिसले. प्रत्येक नव्या पुस्तकाच्या वाचनानं अनुभवविश्व समृद्ध होत गेलं. मग सुख-दुःखाच्या क्षणात, एकटेपणात ही पुस्तकंच सोबत करू लागली. आयुष्यात वेळोवेळी येणारी संकटं, छोट्यामोठ्या अडचणी यांना समर्थपणे सामोरं जायचं सामर्थ्य देऊ लागली. अशा वेळी वाचनातून समजलेला माणूस आपल्याबरोबरच असतो. आपल्याला जगण्याची उमेद देत असतो.

चरित्र-आत्मचरित्र हा साहित्य प्रकार मला मनापासून आवडतो. यातल्या माणसांचा जीवनप्रवास खराखुरा असतो. त्यातली व्यक्तिचित्रं त्यांच्या सर्व गुणदोषांसंकट आपल्या समोर येतात. आपल्या इच्छित करीअर, उद्योग किंवा व्यवसायातलं उद्दिष्ट गाठण्यासाठी, यश मिळवण्यासाठी त्यांनी जी प्रयत्नांची पराकाष्ठा केलेली असते ती आपल्याला मार्गदर्शक ठरू शकते. अलीकडेच वाचनात आलेल्या दोन आत्मचरित्रांचा आवर्जून उल्लेख करावासा वाटतो. डॉ. लागूंचं 'लमाण' आणि नटवर्य प्रभाकर पणशीकरांचा 'तो मीच'. लागूंच्या पुस्तकात एखाद्या लमाणाप्रमाणे त्यांनी केलेल्या भ्रमंतीच्या नवलकथा वाचायला मिळतात. अगदी आफ्रिकेतसुद्धा डॉक्टरी व्यवसायाबरोबरच त्यांनी आपला नाटकं करण्याचा छंद कसा जोपासला, याच्या पार्श्वभूमीवर त्यांचं झळाळणारं व्यक्तिमत्त्व अधोरेखित होतं आणि ते जास्त विलोभनीय वाटतं. 'तो मीच' हा सातशे पानांचा ग्रंथराज म्हणजे केवळ पणशीकरांचं आत्मचरित्र नसून त्या काळातल्या मराठी रंगभूमीचा उज्ज्वल इतिहासच आहे. पानापानातून मराठी नाट्यसृष्टीची 50-60 वर्षांची वाटचाल उलगडत जाते. निर्माता, नट आणि अनेक नवोदित कलाकारांचा पाठीराखा अशा अनेक भूमिकेत पणशीकर हा मराठी नाट्यभूमीचा प्रमुख शिलेदार आपल्यासमोर येतो. या विस्तीर्ण कालपटावर असंख्य कलाकार येत राहतात आणि रंगदेवतेला आपली सेवा अर्पण करतात. त्यांच्या अभिनयकौशल्याच्या कथा मनाला थक्क करणाऱ्या आहेत. रांगणेकर, दारव्हेकर, शिरवाडकर, कानेटकर आणि आचार्य अत्रे असे उत्तुंग प्रतिभेचे नाटककार जवळून

पाहायला मिळतात त्यांच्या रागलोभासकट!

ऐतिहासिक कथा-कादंबऱ्यांचं आकर्षण किशोरावस्थेपासूनच होतं. रणजित देसाईंची 'स्वामी' किंवा अलीकडच्या काळात शिवाजी सावंत व विश्वास पाटलांच्या 'संभाजी', 'पानिपत' आणि 'महानायक' वाचताना विषयाचा आणि काळाचा प्रचंड आवाका पाहून मन स्तिमित होऊन जातं. आपणही नकळत त्या अविस्मरणीय घटनांचे साक्षीदार आणि त्या काळाचे रहिवासी होऊन जातो. यातल्या माणसांना यशापयशाच्या तराजूत तोलणं शक्यच नसतं. कारण ते सारं पचवून ही मंडळी क्षितिजाच्या रेषेवर ठाम उभी असतात, दीपस्तंभासारखी.

प्रवासवर्णनाची पुस्तकं वाचतानाही माझा दृष्टिकोन थोडा चाकोरीबाहेरचा आहे. केवळ प्रेक्षणीय स्थळांची वर्णनं वाचायला आवडत नाहीत. उत्तम प्रवास वर्णनं म्हणजे त्या प्रदेशाचा किंवा देशाचा चक्षुर्वैसत्य चालताबोलता जिवंत इतिहासच असावा. पु.लं. नी आपल्या 'पूर्वरंग'मधून अशा प्रवास वर्णनांचा उत्तम नमुनाच पेश केला. शिवाय त्याला नर्मविनोदाची झालर म्हणजे दुग्धशर्करा योगच. प्रत्येक देशातली भाषा, धर्म, वेशभूषा, चालीरीती भलेही वेगळ्या असतील; पण माणूस इथूनतिथून सारखाच असतो. त्याची मैत्रीची भावना, कुटुंबाविषयीचा जिव्हाळा, देशाभिमान सगळं सारखं. असा हा 'अस्सल माणूस' मीना प्रभू यांच्या प्रवासवर्णनातून जागोजागी भेटतो. त्यांची सगळीच प्रवासवर्णनं गाजलेली आहेत. परंतु त्यांचं इराणी गाथा हे पुस्तक विशेष आवडलं. कारण प्रचंड राजकीय दडपशाही आणि धर्माच्या नावाखाली असंख्य जुलमी कायद्याने जखडलेल्या अवस्थेतही परदेशी लोकांना मदत करण्याच्या त्यांच्या स्वागतशील मनोवृत्तीचं मनोहारी दर्शन घडतं. इराणच्या प्राचीन सांस्कृतिक वैभवाबरोबरच इराणी लोकांच्या मनाची श्रीमंतीही सतत जाणवत राहते. हाच कोणत्याही उत्कृष्ट प्रवासवर्णनाचा निकष असावा, असं मला वाटतं.

असं म्हणतात की सुखाचं रहस्य सांगणारी आणि हरवलेल्या सुखाचा पत्ता देणारी अनेक पुस्तकं असतात. आपल्या जीवनात अशी संजीवनी आणणाऱ्या पुस्तकाला एखाद्या विशिष्ट चौकटीत मात्र बसवता येणार नाही. वाचकाच्या आवडीनुसार ती निरनिराळ्या साहित्यप्रकारातली आणि भाषेतली असू शकतील. पण एक मात्र निश्चित की, अशी पुस्तकं वाचून हातावेगळी केल्यानंतर त्यातला कथा विषय बरेच दिवस आपल्या मनात रेंगाळायला हवा. त्यातल्या नायक, नायिका आणि इतर व्यक्ती आपल्या आजूबाजूला वावरताहेत, असं जाणवायला हवं.

असं एक पुस्तक माझ्या वाचनप्रवासात दीपस्तंभासारखं सतत मार्गदर्शन करत राहतं. पॉल कलानिधी या चौतीस वर्षांच्या भारतीय न्यूरोसर्जननं लिहिलेलं पहिलं आणि शेवटचं, रँडम हाऊस न्यू यॉर्क या प्रतिष्ठित प्रकाशन संस्थेनं छापलेलं २०१६

सालचं पुस्तक, 'व्हेन ब्रेथ बिकम्स एअर'. न्यू यॉर्क टाइम्सच्या बेस्ट सेलर यादीत समावेश असलेलं. या पुस्तकाला लेखकानं मेमरीज - संस्मरण असं म्हटलं आहे. कारण रूढ अर्थानं ते आत्मकथन नाही.

२०१३ साली न्यूरोसर्जरीची अत्यंत खडतर आणि मेहनतीची समजली जाणारी १० वर्षांची रेसिडेन्सी यशस्वीरीत्या पूर्ण करून एक उत्तम न्यूरोसर्जन व्हायच्या उंबरठ्यावर लेखक उभा होता. अमेरिकेत अत्यंत मानाची समजली जाणारी न्यूरोसर्जरीतली प्रोफेसरशिप त्याला मिळणार होती. पॉल आणि त्याची अमेरिकन डॉक्टर पत्नी पुढील उज्ज्वल आयुष्याची स्वप्नं पाहण्यात दंग होते. त्यात लवकरच जन्माला येणाऱ्या बाळाचीही स्वप्न होती.

अशा वेळी नियतीनं एका फटक्यात त्यांचं जीवन बदलून टाकलं. कौशल्याची आणि प्रयत्नांची पराकाष्ठा करून पेशंट वाचवणारा एक निष्णात डॉक्टर स्वतःच जीवनमरणाच्या लढाईतला एक सैनिक झाला. लंग कॅन्सरच्या शेवटच्या अवस्थेत त्याला हॉस्पिटलमध्ये दाखल व्हावं लागलं. मृत्यू समोर ठाकलेला असताना त्या अंतिम क्षणापर्यंत जगणं कसं शक्य होईल? शिवाय त्या जगण्याचं प्रयोजनच काय? अशा स्थितीत एका नव्या जीवाचं स्वागत कसं करायचं? अशा अनेक प्रश्नांनी हॉस्पिटलच्या बेडवर पडल्यापडल्या लेखकाचं संवेदनाक्षम मन व्याकूळ होत असे. अशा अनेक गहन प्रश्नांना भिडताना त्यानं हे पुस्तक लिहायचा निश्चय केला. यानंतर दोन वर्षांत अमेरिकेतल्या उत्तमोत्तम ट्रीटमेंटला दाद न देता अवघ्या ३६ व्या वर्षी मृत्यूनं त्याला गाठलंच.

या दोन वर्षांतला प्रत्येक दिवस आणि रात्र आपण वाचक लेखकाबरोबर आशानिराशेच्या भोवळ येणाऱ्या आवर्तात फिरत राहतो. हे पुस्तक वाचवतही नाही आणि हातावेगळं करावसंही वाटत नाही. वाचक पॉलच्या जीवनाशी एकरूप होऊन जातो. त्याच्या पत्नीच्या संघर्षात सामील होतो. स्टॅनफर्ड युनिव्हर्सिटीच्या हॉस्पिटलमध्ये दोन वर्षं ट्रीटमेंट घेत असताना अधूनमधून थोडासा आराम वाटला की, ऑपरेशन थिएटरमध्ये जाऊन किचकट सर्जरी करण्याचं सामर्थ्य आणि जिद्द देणारी अद्भुत शक्ती कोणती असेल, याचा आपण विचार करत राहतो. तो केवळ कुशल सर्जनच नसतो, तर एक उत्कृष्ट संशोधकही असतो. 'अमेरिकन ॲकेडमी ऑफ न्युरॉलॉजिकल सर्जरी' या संस्थेचा संशोधनासाठीचा सर्वोच्च पुरस्कारही त्याला मिळालेला असतो. अत्यंत कठीण परिस्थितीत आशावाद आणि मनोनिग्रह कसा टिकवून ठेवायचा याचा वस्तुपाठच हे पुस्तक आपल्याला सतत देत राहतं. शेवटच्या अवस्थेत व्हेंटिलेटरवर जगायचं पॉलनं नाकारलं. प्रचंड वेदना सहन करणं स्वीकारलं. त्याला आपल्या प्रत्येक श्वासाला हळूहळू अनंतात विलीन झाल्याची जाणीव अनुभवायची होती. म्हणूनच ते

अत्यंत समर्पक शीर्षक 'व्हेन ब्रेथ बिकम्स एअर.'

पूर्वप्रसिद्धी : 'औंध वाङ्मय मंडळा'चं वार्षिक 'संपदा २०११'

●●●

एका प्राचीन नगरीची नवी ओळख

जगभरातल्या पहिल्यावहिल्या मानवी संस्कृतीची बीजं नद्यांच्या काठी रुजलेली दिसतात. प्राचीन काळी भटक्या माणसांच्या टोळ्या जिथं भरपूर पाणी आणि जनावरांना चारा मिळाला तिथं स्थिरावल्या. यापैकी तैग्रीस-युफ्रेटीस यांच्या दुआबातली मेसोपोटेमियन संस्कृती, यांगत्से खोऱ्यातली चिनी संस्कृती, सिंधू-सरस्वती नद्यांच्या खोऱ्यातली हडप्पा-मोहेंजोदारो आणि नाईलची इजिप्शियन संस्कृती अशी ठळक उदाहरणं डोळ्यांसमोर येतात. आर्यांनी गंगेच्या खोऱ्यात आपलं वर्चस्व प्रस्थापित करण्यापूर्वीपासून काशीनामक नगरी अस्तित्वात होती, असा उल्लेख थेट ऋग्वेदात मिळतो. जवळच्या राजघाट परिसरातील उत्खननातूनही या गोष्टीला पुष्टी मिळालेली आहे. अस्सी आणि वरुणा या दोन नद्यांच्या दुआबात गंगेच्या काठानं दक्षिणोत्तर वसलेल्या या नगरीचं 'वाराणसी' हे नाव प्रचलित झालं. बौद्ध धर्माच्या जातककथांत आणि महाभारतातल्या स्कंद पुराणात 'बाराणसी' असा पाली भाषेतला उल्लेख आहे. त्यावरून 'बनारस' हे या नगरीचे तिसरे नाव रूढ झाले अशी मान्यता आहे. ही काशीनगरी काश्यते / प्रकाशते म्हणजेच झळाळते. या अर्थानं तिची ओळख 'सिटी ऑफ लाइट्स' अशीही आहे. ख्रिस्तपूर्व ८०० वर्षे म्हणजे अंदाजे ३,००० वर्षांपूर्वीपासून वसलेली ही नगरी आहे. म्हणूनच जगातल्या जेरुसलेम, अथेन्स, बिजींग इ. प्राचीन शहरांपैकी एक मानली जाते. मार्क ट्वेन या प्रख्यात अमेरिकन लेखकानं काशीचा 'द ओल्डेस्ट लिव्हिंग सिटी' असा गौरव केला आहे.

१९ व्या शतकाच्या मध्यावर शेरींग नामक ब्रिटीश माणसानं या नगरीविषयी जे लिहून ठेवलं आहे, ते अत्यंत बोलकं आहे. ते म्हणतात की, "वाराणसीचं महत्त्व केवळ

एक प्राचीन शहर एवढ्यापुरतंच मर्यादित नाही. तिथली मंदिरं, देवदेवता, पवित्र कुंडं, गंगेकाठचे घाट आणि वर्षभर चालणारे कोणते ना कोणते उत्सव, अखिल भारतातून येणारे तीर्थयात्री, साधू-संत, योगी, ज्ञानी आणि धर्मपंडित तसेच मोठ्या संख्येनं भेट देणारे परदेशी पर्यटक या सर्वांचा एकत्रित असा अत्यंत सुंदर कॅलेडोस्कोप आहे ही नगरी."

काशी विश्वनाथ मंदिराच्या विध्वसांच्या अनेक प्रयत्नांचा इतिहास साक्षीदार आहे. सर्वसामान्य धारणेनुसार मोंगल सम्राट औरंगजेब याचा कर्ताकरविता होता, असं असलं, तरी त्यापूर्वी म्हणजे ११९४ पासून या मंदिराची अनेक वेळा तोडफोड झाली. दरम्यान सम्राट अकबराचा एकमेव अपवाद होता. त्याच्या अष्टप्रधानापैकी राजा तोरडमल याच्या प्रयत्नानं मंदिराची पुन:उभारणी झाली होती. परंतु शेवटी १७६९ मध्ये औरंगजेबाला मंदिर उद्ध्वस्त करण्यात यश मिळालं. एवढेच नाहीतर उद्ध्वस्त मंदिराच्या ठिकाणीच मस्जिद बांधली गेली. परिसरातल्या प्राचीन ज्ञानवापी कुंडामुळं त्याचं ग्यानवापी मस्जिद असं नाव रूढ झालं. १७८० मध्ये इंदोरची पुण्यश्लोक महाराणी अहिल्यादेवी होळकर यांनी मशिदीचा पाडाव न करता जवळच मंदिराचं पुनर्निर्माण केलं. पंजाबच्या महाराजा रणजितसिंहांनी मंदिराची शिखरं सुवर्णपत्रांनी सुशोभित केली. ग्वाल्हेरची महाराणी बैजाबाई यांनी सभामंडप बांधले आणि नेपाळ नरेशांनी स्थापित केलेला भव्य नंदी आजही दिमाखानं उभा आहे.

श्री विश्वनाथाच्या मंदिरापासून जवळच चालत जाण्याच्या अंतरावर गंगेकाठचा पुराणकालीन दशाश्वमेध घाट आहे. पुराण कालातल्या दिवोदास या पराक्रमी राजानं या ठिकाणी १० घोड्यांचा बळी देऊन यज्ञ संपन्न केल्याची आख्यायिका आहे. मंदिर आणि दशाश्वमेध घाट ही दोन्ही ठिकाणं श्रद्धाळू यात्रेकरूंनी सतत गजबजलेली असतात. त्यामुळं मनोभावे दर्शन आणि पूजा करणं केवळ अशक्य असतं, म्हणून एखाद्या भल्या पहाटे मंदिरात पोचण्याचा योग जुळवून आणावा लागतो. यावेळी मंदिराची संपूर्ण स्वच्छता झालेली असते. गर्भगृहातील भस्माचे पट्टे रेखलेल्या फुलांच्या आणि धूपदीपाच्या सुवासानं उजळून निघालेल्या गर्भगृहात प्रसन्न वातावरण असतं. विश्वनाथाच्या निवांत दर्शनानं मनाच्या कोपऱ्यात दडलेली श्रद्धा आपोआप जागी होते. नतमस्तक होऊन हात जोडले जातात. मनोभावे प्रार्थना केल्याचं समाधान प्राप्त होतं.

यानंतर पावलं वळतात मंदिरापासून चालत जाण्याच्या अंतरावर असलेल्या दशाश्वमेध घाटाकडं. बनारसचा गंगाकाठ अनेक चिरेबंदी घाटासाठी प्रसिद्ध आहे. भारतातल्या कोणत्याही नदीकाठी एवढ्या मोठ्या संख्येनं पक्के घाट बांधलेले नसतील. गंगेच्या काठावर पोचलो की, समोर गंगेचे विशाल पात्र नजरेत भरते. सूर्योदयाच्या वेळी तिथला सारा परिसर यात्रेकरूंनी गजबजलेला असतो. अनेकजण गंगेच्या पात्रात उभं राहून उगवत्या सूर्याला अर्घ्य देताना दिसतात. कोवळ्या सूर्यकिरणांचे सोनेरी कवडसे गंगेच्या

लाटांशी लडिवाळ खेळ करताना दिसतात. अशा वेळी समोरचा तो गंगेचा तेजोमय परिसर एखाद्या ग्रीक नाटकातल्या भव्य दृश्यासारचाच भासतो. जवळचा कॅमेराही या दृश्याची भव्यता टिपायला अपुरा पडतो. खऱ्या आस्वादक नजरेनं ही निसर्गाची किमया मनात साठवून ठेवणं एवढंच आपल्या हाती असतं. सूर्याचा लाल गोळा क्षितिजावर सरकल्यानंतर मात्र भुकेची जाणीव होते आणि पावलं आपोआप वळतात विश्वनाथ मंदिरासभोवती चक्रव्यूहासारख्या पसरलेल्या विश्वनाथ गल्लीकडे.

या चक्रव्यूहात असंख्य वस्तूंची, खाद्यपदार्थांची मायानगरी उभी आहे. उत्तम दर्जाच्या मिठायांबरोबर कचोरी, जिलेबी आणि खास बनारस चाटची असंख्य दुकानं इथं आहेत. एक खास खोवा गल्लीसुद्धा आहे. उत्कृष्ट कलाकुसरीसाठी जगप्रसिद्ध असलेल्या भरजरी रेशीम साड्यांचे-कापडाचे विविध प्रकार इथल्या छोट्यामोठ्या दुकानात पहायला मिळतात. ही हातमागावरील जरीच्या विणकामाची कला मुस्लीम-मोगल काळात आली आणि बनारसला स्थिरावली. मुस्लीम कारागीर आणि हिंदू व्यापारी अशी परस्पर सहकार्याची व्यापारी पद्धत हजारो वर्षांपासून आजही इथं टिकून आहे. खास पर्यटकांसाठी कलाकुसरीच्या शोभिवंत वस्तू या विश्वनाथ गल्लीत मिळतात. या शहराची धार्मिक, सांस्कृतिक आणि आर्थिक ओळख करून देणारा हा जणू मिनी म्युझियमच या गल्ल्यांमध्ये पसरलेला दिसतो. या 'भुलभुलैय्या'मधून भल्याभल्यांची सुटका होणे कठीण असते.

इथल्या घाटांची परिक्रमा मात्र संध्याकाळी नावेतून गंगाविहार करत साधायला हवी. पहिल्या अस्सी घाटावरून आपण बोट घेऊन निघतो. इथं अस्सी उपनदी गंगेला मिळते. तिथून राजघाटापर्यंतचा हा नौकाविहार दीड-दोन तास चालतो. प्रत्येक घाटाच्या परिसरात भारतातल्या निरनिराळ्या भागांतल्या लोकांच्या वस्त्या असल्याचे लक्षात येते. उदा. केदार घाटाजवळ दाक्षिणात्य लोकांची वस्ती, तर माँ आनंदमयी घाटाजवळ बंगल्यांची. सिंधिया घाटाजवळपासचे बरेच घाट मराठा सरदारांनी बांधले आहेत. साहजिकच त्या भागात मराठी लोकांची खूप मोठी वस्ती आहे. त्यामुळे गंगेच्या काठाकाठानं भारतीय संस्कृतीचाही प्रवाह वाहात असल्याचे जाणवते. तुलसीघाटाचे तर विशेष महत्त्व आहे. या घाटावर १६ व्या शतकात तुलसीदासाने 'रामचरित मानस' अर्थात तुलसीरामायण हा अनमोल ग्रंथ लिहिला. हा ग्रंथ स्थानीय बोली भाषेत असल्यामुळे सर्वसामान्य जनतेत अत्यंत लोकप्रिय आहे. उत्तर भारतीय भक्तीपरंपरेच्या साहित्यातला मैलाचा दगड मानला जातो. १८ व्या शतकातल्या महाराजा चेतसिंगने बांधलेल्या भव्य राजवाड्याचे अवशेष आजही दिमाखात उभे आहेत. तुलसीदासाबरोबरच महान संतकवी कबीर आणि संत रविदासांचा वारसा या नगरीला लाभला आहे.

कार्तिक महिन्यातच घाटांची शोभा अवर्णनीय असते. पानाच्या द्रोणातून शेकडो दिवे

गंगेच्या प्रवाहात सोडले जातात. पाण्यावर तरंगणाऱ्या या दिव्यांची रांगोळी अप्रतिम असते. कार्तिकी / त्रिपुरारी पौर्णिमेला सर्व घाटावर 'देव दीपावली' साजरी होते. हा उत्सव सूर्यास्तानंतर सुरू होतो. सर्व घाटांवर लाखो तेलपणत्यांची मांडणी होते आणि ते सर्व दिवे एकाच वेळी उजळवण्याचा प्रयत्न असतो. पौर्णिमेच्या चांदण्यात उजळलेल्या लाखो पणत्या जणू समस्त देवदेवतांना पृथ्वीवर अवतरून दीपावली साजरी करण्याचे आमंत्रण देतात. दशाश्वमेध घाटावर काशीनरेशांच्या हस्ते गंगेची शानदार आरती होते आणि नंतरच्या राजेंद्र घाटावरील संगीताच्या मैफिलीने उत्सवाची सांगता होते.

प्राचीन काळापासून शिक्षणाच्या क्षेत्रात वाराणसी अग्रस्थानी राहिले आहे. वेदशास्त्र पारंगत काशीच्या पंडितांची परंपरा प्रसिद्ध आहे. श्रीशिवछत्रपती महाराजांच्या राज्याभिषेकाला काशीहूनच पंडित गागाभट्टांना पाचारण केले होते. आजही पूर्ण क्षमतेचे संस्कृत विश्वविद्यालय येथे उभे आहे. या प्राचीन परंपरेला उत्तम जोड मिळाली ती बनारस हिंदू युनिव्हर्सिटीची. १९१७ साली पं. मदनमोहन मालवीय या प्रखर राष्ट्रवादी नेत्याच्या अथक परिश्रमानं या विश्वविद्यालयाची स्थापना झाली. आधुनिक पाश्चात्त्य शिक्षणाबरोबरच भारतीय दर्शनशास्त्र, ज्योतिषशास्त्र, संगीत, नृत्य, नाट्य अशा बहुविध कलाशाखांचा समावेश आहे. सर्व शाखांची स्वतंत्र महाविद्यालयं, विद्यार्थ्यांची प्रशस्त वसतिगृहं आणि प्राध्यापकांची निवास व्यवस्था हे सर्व काही एका परिसरात सामावलेलं एक छोटं गावच आहे. केंद्रस्थानी बिर्लांनी बांधलेलं विश्वनाथ मंदिरही आहे. येथील संगमरवरी भिंतीवर गीतेचे १८ अध्याय कोरलेले आहेत. अशा व्यवस्थेचं भारतातील एकमेव विद्यापीठ असावं!

अशी ही काशीनगरी वेदशास्त्राबरोबर संगीत, नृत्यात रमणारी, खास बनारसी मिठायांबरोबर बंगाली रसगुल्ले आणि संदेशवरही यथेच्छ ताव मारणारी आणि ते पचविण्यासाठी खास मुलायम बनारसी पानाचा तोबरा भरणारी, मस्तमजेत आपल्याच नादात धीम्या गतीनं चालणारी, भारतीय संस्कृतीच्या सर्वसमावेशकतेचं प्रतीक असणारी ही महानगरी. विश्वनाथाचे अधिष्ठान आणि गंगेचं वरदान लाभलेली पुण्यनगरी भारतीय संस्कृतीची पताका युगानुयुगे झळकत ठेवणार हे निश्चित!

या काशीमहात्म्यात अलीकडंच काशीचे लोकसभेतील जनप्रतिनिधी पंतप्रधान नरेंद्र मोदी यांनी एका मोलाच्या अध्यायाची भर टाकली आहे. काशी विश्वनाथ धाम कॉरीडार या भव्य योजनेची त्यांनी स्वप्नं पाहिली आणि निर्धारित वेळेत साकारही केली. त्यांना उत्तर प्रदेशचे मुख्यमंत्री योगी आदित्यनाथ यांचे बहुमोल सहकार्य लाभले. या निमित्तानं शहरातील स्वच्छता आणि रस्त्यांची पुनर्बांधणी याकडे विशेष लक्ष दिले गेले. त्यामुळे जुन्या शहराचा चेहरामोहराच बदलून गेला आहे. येथे मोठ्या संख्येनं येणाऱ्या तीर्थयात्री आणि परदेशी पर्यटक यांच्यासाठी हा सुखद अनुभव आहे. काशी विश्वनाथ

धाम कॉरीडॉरचं मुख्य आकर्षण आहे, मुख्य मंदिराला किंचितही धक्का न पोचता सभोवतालचा ५०,००० चौरस मीटर्सचा भव्य परिसर निर्माण करणं. प्रदक्षिणा मार्गावर चार प्रचंड प्रवेशद्वारांची बांधणी. यासाठी जवळच्या चुनार भागातला लाल दगड आणि राजस्थान येथील मकरानाचा संगमरवर यांचा अत्यंत कलात्मक पद्धतीने उपयोग केला आहे. विश्वनाथाची आरती संपल्यानंतर दर्शन घेऊन श्रद्धाळू या परिसरात निवांतपणे बसू शकतात आणि वातावरणातील दिव्य अनुभूतीचा अनुभव घेऊ शकतात. पूर्वेकडील ललिता घाट प्रवेशद्वारातून थेट गंगेच्या पात्रापर्यंत पोचण्याची प्रथमच सोय झाली आहे. पुण्यश्लोक अहिल्यादेवींचा लाईफ साईज पुतळा आणि भारतमातेचा पुतळा या भागात स्थापित केला आहे. या विकास कार्यामुळं काशी नगरीला एक नवी ओळख प्राप्त झाली आहे. जुन्यानव्याचा हा मनोहारी संगम निश्चितच स्वागतार्ह आहे, यात शंका नाही.

●●●

सहजीवन ज्येष्ठांचे

'**पतीपत्नीचं नातं परिपक्व** झालं की संवादही नि:शब्द होतो', असं म्हणतात. या एका वाक्याचं समर्थन करणारं एक सुंदर चित्र अलीकडेच माझ्या पाहण्यात आलं. एका शांत तलावात संथपणे तरंगणारी एक लहानशी बोट, त्यात बसलेलं एक जोडपं. दोन ज्येष्ठ स्त्री-पुरुष आजूबाजूच्या निसर्गसौंदर्याचा मनसोक्त आस्वाद घेताना दिसतात. याचं अत्यंत समर्पक शीर्षक होतं, 'सायलेन्स स्पीक्स मोअर दॅन वर्ड्स' मला वाटतं. ज्येष्ठांच्या सुखी सहजीवनाचं मर्म वरील एका वाक्यात सामावलेलं आहे.

'व्यक्ती तितक्या प्रकृती' या उक्तीनुसार या बाबतीत अनेक मतं-मतांतरं असू शकतात. कोणी म्हणेल, आयुष्याच्या या टप्प्यावर त्यांच्यापाशी बोलण्यासारखं काही शिल्लकच राहिलं नसावं! किंवा बोलायचं म्हटलं तर जुने वादविवाद आठवतील. त्यापेक्षा न बोलता शांतच राहिलेलं बरं. काहीही असो, आजच्या आपल्या सहजीवनाचा विचार करताना मागे वळून पाहणं गरजेचं आहे, एवढं निश्चित. विवाहानंतर मधुचंद्राचा धुंद काळ आणि नवी नवलाई ओसरू लागल्यानंतर दररोजच्या जगण्यातले अनेक प्रश्न आपल्यासमोर उभे ठाकतात. त्यांना सामोरं जाताना मतभेद, प्रसंगी वादावादी ही आलीच. कारण दोन भिन्न कुटुंबातून आलेल्या दोन व्यक्तींची कौटुंबिक पार्श्वभूमी, विचारपद्धती ही वेगळी असतेच. त्यामुळे साहजिकच प्रश्नाकडे, अडचणींकडे पाहण्याचा दृष्टिकोनही वेगळा असतो. शेवटी हे प्रश्न सामोपचाराने सोडवावे लागतात. कारण दोघांनी एकत्र भविष्याविषयीची स्वप्नं पाहिलेली असतात. त्यांच्या पूर्ततेकडे जाणारी वाटचाल शक्यतो सुखाची आणि आनंदाची असावी, असं दोघांनाही मनापासून वाटत असेल, तर बाकी साऱ्या अडचणी किंवा वादविवाद गौण ठरतात. दोघांचं करियर, मुलांचं संगोपन, त्यांचं

शिक्षण, नोकरी, लग्नं या सर्व गोष्टींत आपल्या जीवनपटाचा केवढा मोठा भाग सरला हे समजतही नाही. आपली पिल्लं स्वतंत्र होऊन घरट्यातून उडून गेल्यानंतर आपण राहतो दोघं. त्यानंतर खऱ्या अर्थानं आपलं ज्येष्ठांचं सहजीवन सुरू होतं. आयुष्यातल्या बऱ्या-वाईट अशा सर्व प्रकारच्या अनुभवांची शिदोरी बरोबर असते. तीच उर्वरित आयुष्यातही आपल्याला मार्गदर्शन करत राहील, याची खात्री वाटते. माझ्या 'या वाटेवर' या कवितेत नेमक्या याच भावना व्यक्त झाल्या आहेत.

'आठवणींचे शंख शिंपले, त्यात सांठले किती मौक्तिककण ।
एकेकाची कथा निराळी, बहरत गेले सहजीवन ॥'

आणि या जीवनपथावर वाटचाल करताना शेवटच्या टप्प्यावर पोचल्यानंतर असे जाणवते की,

'काही गवसले, काही हरवले देवाजीच्या सारीपटावर ।
तृप्त मनाने चालत जावे, उरलेल्या या वाटेवर ॥'

उमेदीची तब्बल तीस वर्षे बनारस हिंदू युनिव्हर्सिटीतल्या शैक्षणिक आणि सांस्कृतिक वातावरणात व्यतीत करून पुण्यनगरीत आम्ही दोघेच परतलो. तेव्हा २१ व्या शतकाच्या उंबरठ्यावर उभ्या असलेल्या या पुण्यात अजूनही अभिरुचीसंपन्न सांस्कृतिक-सामाजिक कार्यक्रमांची रेलचेल होती. वसंत व्याख्यानमाला तग धरून उभी होती. आमच्यासारख्या १००-२०० लोकांची तिथं हमखास हजेरी असायची. महाराष्ट्राबाहेरच्या दीर्घ वास्तव्यामुळं उत्तम मराठी साहित्य, मराठी नाटकं-सिनेमे यांपासून दुरावलो होतो. आम्हां दोघांनाही या सर्व गोष्टींची आवड असल्यामुळं पुण्यात परतल्यानंतर रिकामा वेळ घालवायचा प्रश्न कधीच पडला नाही. माझ्या पतींनी इथल्या भारती विद्यापीठात तीन वर्षांसाठी नवी जबाबदारी स्वीकारली. याच काळात मला ग्राहक चळवळीची माहिती मिळाली. स्व. बिंदु माधव जोशी यांनी ग्राहकांच्या हक्कासाठी सुरू केलेली ही नामवंत चळवळ आहे. २००० साली खास स्त्रियांना या कामाविषयीचं प्रबोधन करण्यासाठी त्यांनी 'सामाजिक चातुर्मास' ही अभिनव योजना राबवली. त्याचं वेगळेपण भावल्यामुळं मीही या योजनेत सामील झाले. निवृत्तीच्या प्रारंभीच्या काळात आपल्याला एक प्रकारचं रिकामपणं जाणवत असतं. अशा वेळी एकानं स्वत:ला नव्या कामात गुंतवून घेतलं तर जोडीदारालाही आपल्या आवडीचा छंद-काम शोधणं गरजेचं असतं. या काळात मात्र नि:शब्द संवादापेक्षा सततच्या संवादाची, मग तो सुसंवाद असो की, विसंवाद नितांत गरज असते. शिवाय निरामय आरोग्याची साथ असेल, तर उत्तमच. नाहीतर मात्र आरोग्याच्या आघाडीवरचं युद्ध हे एक या सहजीवनातलं महत्त्वाचं आव्हान ठरतं. दुर्दैवानं आमच्या जीवनातही असा प्रसंग आला. माझ्या पतींना आधी अँजिओप्लास्टी आणि त्यानंतर लगेचच Colon Cancer सारख्या दुर्धर रोगाशी सामना करावा लागला. त्या दीड-

दोन वर्षांत आम्हा दोघांच्या धैर्याची आणि संयमाची कसोटी होती. दोन्ही मुली परदेशात स्थायिक झालेल्या असल्यानं त्यांची सतत साथसोबत शक्य नव्हती. जवळच्या काही नातेवाईकांच्या मदतीनं आम्ही दोघं या कठीण प्रसंगाला यशस्वीपणे सामोरे जाऊ शकलो आणि १-२ वर्षांत आमची गाडी पूर्ववत रुळावर आली! या काळातील संघर्ष आम्हाला बरंच काही शिकवून गेला. नातीगोती नव्यानं समजली आणि महत्त्वाचं म्हणजे उर्वरित आयुष्य हे एका परीनं देवाघरचं 'बोनस' देणं आहे, याची जाणीव झाली. तसेच येणारा प्रत्येक दिवस शक्यतो आनंदात घालवण्याची इच्छा प्रबळ झाली. परांजपे बिल्डर्स 'अथश्री' ही ज्येष्ठांसाठी बांधलेली खास व्यवस्था आपल्या जीवनपद्धतीला पोषक आहे, असे वाटले आणि म्हणूनच दीड वर्षांपूर्वी आम्ही दोघं 'अथश्री' बाणेर येथे वास्तव्यास आलो. इथं दररोजच्या सुखद जगण्यासाठी सर्व सुविधा आहेत. दोन्ही वेळच्या जेवणाची, नाश्त्याची मेसमध्ये सोय आहे. घरकामाच्या बाईबरोबर प्लंबर, कार्पेंटर, इलेक्ट्रिशियन, धोबी अशा सेवा उपलब्ध आहेत. संध्याकाळी गणपतीच्या मंदिरात आरती होते. यानिमित्तानं गप्पा होतात. विचारांची देवाणघेवाण होते. बाहेरून बोलावलेल्या पाहुण्या कलाकारांचे कार्यक्रमही होत असतात. सुसज्ज लायब्ररीमुळं आमचं भरपूर वाचन होतं. वाचलेल्या पुस्तकावर आम्ही दोघं चर्चा करतो. चांगली नाटक, सिनेमे आवर्जून पाहतो. औंधमधल्या ज्येष्ठ नागरिक संघाची साथ अजून सोडलेली नाही. माझं साहित्यप्रेमी भगिनी मंडळाशी जोडलेलं नातं कायम आहे. सकाळच्या कोवळ्या उन्हात बाल्कनीत पेपर वाचत घेतलेला चहा अमृततुल्य वाटतो. चांगली भूक लागते. एकमेकांच्या घोरण्याबद्दल सतत तक्रारी असूनही मस्त झोप लागते. आणखी काय हवं आम्हा ज्येष्ठांना?

(पूर्वप्रसिद्धी - परांजपे बिल्डर्स यांचे मासिक वृत्तपत्र - हॅपिनेस नेटवर्क)

•••

www.ingramcontent.com/pod-product-compliance
Lightning Source LLC
LaVergne TN
LVHW010831051026
849532LV00007B/2665

* 9 7 8 9 3 9 5 1 3 9 3 2 8 *